மனோன்மணியம்
சுந்தரம் பிள்ளை

முனைவர். ப.பாலசுப்பிரமணியன்

M.A., M.B.A., M.C.A., M.L.I.Sc., M.Phil., Ph.D

துணை நூலகர்

மனோன்மணியம் சுந்தரனார் பல்கலைக்கழகம்

திருநெல்வேலி - 627012

சங்கர் பதிப்பகம்

15/21, டீச்சர்ஸ் கில்டு காலனி,

2வது தெரு, இராஜாஜி நகர் விரிவு,

வில்லிவாக்கம், சென்னை - 600 049

தொலைபேசி : 044 - 2650 2086 / 9444191256

email : shankar_pathippagam@yahoo.com

web : www.shankarpathippagam.in

www.bookthagam.com

மனோன்மணியம் சுந்தரம் பிள்ளை / Manonmaiam Sundaram Pillai

முனைவர். ப. பாலசுப்ரமணியன் / Munaivar Pa.Balasubramanian

பதிப்பு	:	2018
விலை	:	₹. 100/--
மொத்த பக்கங்கள்	:	112
வெளியிட்டோர்	:	சங்கர் பதிப்பகம், 15/21, டீச்சர்ஸ் கில்டு காலனி, 2வது தெரு, இராஜாஜி நகர் விரிவு வில்லிவாக்கம், சென்னை-600 049 தொலைபேசி : 044 - 2650 2086 / 9444191256
ISBN No.	:	978-93-87655-35-5
ஒளி அச்சு	:	பாலா கிராஃபிக்ஸ்
முன் அட்டை	:	N. ரமேஷ்
அச்சிட்டோர்	:	எம்.கே.கிராபிக்ஸ், சென்னை - 600 021

என்னுரை

முத்தமிழ் அறிஞர் கலைஞர் மு. கருணாநிதி அவர்கள் தன்னுடைய நெஞ்சுக்கு நீதி என்ற நூலில் பேராசிரியர் சுந்தரம் பிள்ளை அவர்களைப் பற்றி எழுதியுள்ளதை நான் படிக்கின்ற பொழுது என்னுடைய நெஞ்சம் நெகிழ்ந்தது.

நான் பணிபுரிகின்ற மனோன்மணியம் சுந்தரனார் பல்கலைக் கழகத்தின் பெயரைக் கொண்ட அந்த மாமனிதரைப் பற்றி ஓர் நூல் எழுத வேண்டும் என்ற எண்ணம் என்னுள் எழுந்தது.

அதன் வெளிப்பாடே இந்நூல்.

முதலில் இப் பல்கலைக் கழகத்தில் பணிபுரிகின்ற வாய்ப்பு வழங்கிய முன்னாள் துணை வேந்தர் பேராசிரியர் இரா.தி. சபாபதி மோகன் அவர்களுக்கும்,

என்னுடைய ஆய்வுப் பணியினையும், எழுத்துப் பணியினையும் ஊக்குவிக்கும் துணை வேந்தர் பேராசிரியர் கி. பாஸ்கர்,

பல்கலைக் கழக பதிவாளர் முனைவர் S.சந்தோஷ் பாபு,

மனோன்மணியம் சுந்தரனார் பற்றிய தகவல்களைத் தந்து உதவிய இலக்கியச் செல்வர் குமரி அனந்தன்,

நல்லாசிரியர் செல்லப்பா,

ஆகியோருக்கும்

இந்நூலினை புத்தகமாக்கி உங்கள் கரங்களில் கிடைக்கச் செய்த சங்கர் பதிப்பகம் ஆ. கோமதி நாயகம்

என்னுடைய வாழ்க்கைத் துணைவி பா. தேவி

முதலியோருக்கும்

என் நெஞ்சார்ந்த நன்றி.

முனைவர். ப. பாலசுப்பிரமணியன்

M.A., M.B.A., M.c.A., M.L.I.Sc., M.Phil., Ph.D

உள்ளே..

1 இளமைக் காலம் 7

2 மனோன்மணியம் 25

3 தமிழ் வளர்ச்சியில் சுந்தரனார் 39

4 கல்வெட்டு ஆராய்ச்சி 53

5 சைவப் பிரகாச சபை 64

6 சுவாமி விவேகானந்தருடன் 72

7 பேரறிஞர்களின் பார்வையில்.. 78

8 ஆங்கிலேயர்களின் பாராட்டு 101

9 நடராஜ பிள்ளை 105

10 தமிழ்த் தாய் வாழ்த்து 109

மனோன்மணியம் சுந்தரனார் பல்கலைக் கழகம், திருநெல்வேலி

1

இளமைக் காலம்

தமிழன்னைக்கு பத்தொன்பதாம் நூற்றாண்டில் பாங்குற அணி செய்த சான்றோர்களில் குறிப்பிடத்தக்க தமிழறிஞர் மனோன்மணியம் சுந்தரம் பிள்ளை.

மிகச் சிறந்த நாடக நூலான மனோன்மணியத்தையும், இன்னும் பல ஆய்வு நூல்களையும், 'நூற்றொகை விளக்கம்' என்னும் நூலக இயல் பற்றிய முதல் தமிழ் நூலையும் படைத்த அறிஞர் சுந்தரம் பிள்ளை.

தமிழக அரசின் நிகழ்ச்சிகள் துவங்கும்போது, "நீராரும் கடலுடுத்த நிலமடந்தைக்கு எழில் ஒழுகும்" என்று தொடங்கும் தமிழ்த்தாய் வாழ்த்துப் பாடலை இயற்றியவர்.

கடின உழைப்பு, விடாமுயற்சி, பிறர்க்கு உதவும் பாங்கு, நன்றி மறவாமை, உண்மையைத் துணிந்து உரைக்கும் ஆற்றல் படைத்தவர்.

தத்துவ இயல், மொழி இயல், வரலாற்றியல், தொல்லியல் ஆகிய பல்துறை அறிஞர்.

அடியேன் கடையேன் அறியாச் சிறியேன்

கொடுமலையாளக் குடியிருப்புடையேன்

ஆயினும் நீயே தாயெனும் தன்மையின்

மனோன்மணியம் நாடகப் பாயிரத்தில் இவ்வாறு குறிப்பிட்டுள்ளார். அதாவது அவர் வாழ்ந்த காலம் காலனி ஆதிக்கம், முதலாளித்துவம் போன்ற கொடுங்கரங்கள் அழுத்திப் பிடித்து வந்ததை இத்தனைத் தெளிவாக உணர்த்தியுள்ளார்.

மலையாளத்து மண்ணில் பிறந்தவர் என்று இவரைப் பற்றி ஓர் கருத்து உள்ளது. ஆயினும் நெல்லை மண்ணில் இருந்து உதித்த சுடர் என்போரும் உண்டு.

எதுவாக இருப்பினும் மதுரை சோமசுந்தரக் கடவுள் அருளால் பிறந்த சேரநாட்டுத் தமிழர் என்பதே மறுக்க முடியாத உண்மை.

தற்போது கேரளாவின் ஆலப்புழை அன்றைய காலக்கட்டத்தில் திருவிதாங்கூர் ராஜ்யத்தின் ‘கிழக்கு வெனிஸ்’ என்று கூறும் அளவுக்கு புகழ்பெற்ற துறைமுகமாக விளங்கியது.

அத்துறைமுக நகரை வளர்ச்சி அடையச் செய்வதற்காகத் தமிழகத்தில் இருந்து ஏராளமான குடும்பங்களை ஆலப்புழைக்கு வரவழைத்தார் திருவிதாங்கூர் திவான் ராஜாகேசவதாஸ்.

அங்கு வணிகம் புரிவதற்காகச் சென்ற வேளாளர் குடும்பங்களில் ஒன்றுதான் மனோன்மணியம் சுந்தரம் பிள்ளையின் குடும்பமும். அவரது பாட்டனார் அர்ச்சுனன் பிள்ளை. அவரது குடும்பம் தெக்கேக்கரக் குடும்பம் என்று அழைக்கப்பட்டது.

கவிமணி தேசிக விநாயகம் பிள்ளையின் குடும்பம் வடக்கேக்கர குடும்பம் என்று அழைக்கப்பட்டது குறிப்பிடத்தக்கது.

அர்ச்சுனன் பிள்ளையின் மகன் பெருமாள் பிள்ளை. அதாவது சுந்தரம் பிள்ளையின் தந்தை. பெருமாள் பிள்ளையின் மனைவி மாடத்தி அம்மாள் என்னும் நற்குண நங்கை.

கடவுள் பக்தி, மொழிப் பற்று, நாட்டுப் பற்று, மனிதநேயம் போன்ற சகல நற்குணங்களும் வாய்த்தவர் பெருமாள் பிள்ளை.

இப்படித்தான் இவர்கள் குடும்பம் ஆலப்புழைக்குக் குடி பெயர்ந்தது. இவர்கள் ஆடை உட்பட சில வணிகங்களைச் செய்து வந்தனர்.

எனவே இவர் தமிழர் என்பதில் சந்தேகத்திற்கு இடமில்லை.

பெருமாள் பிள்ளை மற்றும் மாடத்தி தம்பதியருக்கு 1855ஆம் ஆண்டு ஏப்ரல் மாதம் 5ஆம் நாளன்று மனோன்மணியம் சுந்தரம் பிள்ளை பிறந்தார். இது கொல்லம் ஆண்டு 1030, பங்குனி மாதம் 28 ஆம் நாள்.

மனோன்மணியம் சுந்தரம் பிள்ளை இளம் வயதில்

ஐந்தாவது வயதிலேயே ஒரு தமிழ்ப் பள்ளியில் சேர்க்கப்பட்டு கல்வி பயிலத் தொடங்கினார். பள்ளியில் கல்வி கற்றாலும் அவரது தந்தை பெருமாள் பிள்ளை திருப்தி அடையாமல் அவ்வையாரின் ஆத்திசூடி, கொன்றைவேந்தன், நல்வழி, மூதுரை, நன்னெறி, நீதிநெறி விளக்கம் போன்ற நீதி நூல்களைக் கற்றுக் கொடுத்தார்.

மேலும் சைவ சமயக் குரவர்களின் தேவாரம், திருவாசகம் போன்ற பக்தி நூல்கள், திருக்குறள், நாலடியார் போன்ற அறிவு சார்ந்த நூல்களையும் சுந்தரனாரின் தந்தையார் அவருக்குக் கற்றுக் கொடுத்தார்.

இவ்வாறு கற்பித்ததனால் தனது பன்னிரெண்டாம் வயதிலேயே சிறிது தமிழ்மொழி அறிவு பெற்றவராய் விளங்கினார்.

இதன்பிறகு ஆலப்புழையில் ஓர் ஆங்கில வெர்னாகுலர் பள்ளியில் சேர்க்கப்பட்டு நுழைவுத் தேர்வு வரை பயின்றார். படிப்பில் அதிகக் கவனமும், புத்திசாலித்தனமும் உள்ளவராகத் திகழ்ந்தார். ஆசிரியரிடம் பணிவோடும், அடக்கத்தோடும் நடந்து கொண்டார். வகுப்புத் தோழர்கள் 'நல்லபிள்ளை' என்றே அவரைப் பாசத்தோடு அழைத்தார்கள்.

இவரது அற்புதமான திறமை மற்றும் சுறுசுறுப்பைப் பார்த்த அந்தப் பள்ளியின் தலைமை ஆசிரியர் பீல் என்பவர், 'பிற்காலத்தில் இவர் பெரும் புகழை அடைவார்' என்று தீர்க்கதரிசனம் அளித்துள்ளார். பின்னர் அது பலிக்கவும் செய்தது.

பள்ளிப் படிப்பை முடித்ததும் திருவனந்தபுரம் மாமன்னர் கல்லூரியில் சேர்ந்து உயர் நிலைக் கல்வி கற்கத் தொடங்கினார். அந்த ஆண்டு பத்தாவது வகுப்பில் முதல் வகுப்பில் தேர்ச்சி பெற்றார் மனோன்மணியம் சுந்தரம் பிள்ளை. இதனைப் பாராட்டி மாதந்தோறும் எட்டு ரூபாய் உதவித் தொகையாக அரசு அவருக்கு வழங்கியது. பி.ஏ. பட்டப் படிப்பை முடிக்கும்வரை அந்த உதவித் தொகை அவருக்குக் கிடைத்தது.

கல்லூரியில் பென்சிலி சேசையா, பிள்ளை வீட்டைச் சேர்ந்த மாதவன் பிள்ளை, பண்டித சாமிநாத பிள்ளை ஆகியோர் குறிப்பிடத்தக்க ஆசிரியராகத் திகழ்ந்தார்கள். கல்லூரி முதல்வர் ராஸ்துரை ஒரு தந்தையைப்போல இவரிடம் பாசத்தோடு நடந்து கொண்டார்.

சர்.டி.மாதவராயரின் மகன் ரங்கராயர் என்பவர் சுந்தரனாரின் நெருங்கிய கல்லூரி நண்பராகத் திகழ்ந்தார். சக மாணவர்களோடு

THE MAHARAJAH'S COLLEGE, TREVANDRUM.

விளையாட்டுக்களில் ஈடுபடாமல் ஒதுங்கியே இருந்தார். ஏனென்றால் அப்போதே இவர் ஆராய்ச்சி மற்றும் அறிவுத் தேடலில் அதிக ஆர்வமிக்கவராக இருந்தார்.

மிகச் சிறப்பாகப் படித்து 1876ஆம் ஆண்டு பி.ஏ. பட்டப் படிப்பில் கல்லூரியிலேயே முதல் மாணவராகத் தேர்ச்சி பெற்றார் சுந்தரனார்.

அப்போது அவருக்கு வயது 21.

இந்தத் தேர்ச்சி திருவனந்தபுரத்தில் முதல் நிலை மாணவராக வும், சென்னையில் முதல் நான்கு மாணவர்களில் ஒருவராகவும் அமைந்தது.

பட்டம் பெற்ற அவருக்கு அதே திருவனந்தபுரம் மாமன்னர் கல்லூரியிலேயே ஆசிரியர் பணியாற்றும் வாய்ப்பும் கிடைத்தது. இந்த வாய்ப்புக் கிடைக்கக் காரணமானவர் அக்கல்லூரித் தலைவராக இருந்த ராஸ் என்பவர்தான்.

'ஒரு மாணவன் நல்ல முறையில் பாடம் பயில வேண்டும் என்றால் மாணவர்களின் மதிப்பையும், அன்பையும் பெற்ற என் சிறந்த மாணவன் சுந்தரம் பிள்ளையிடம் பயில வேண்டும்' என்று அடிக்கடி தனது மகனிடம் ராஸ் கூறுவாராம்.

அந்த அளவிற்கு நற்பெயர் பெற்று விளங்கினார் சுந்தரனார்.

அங்கு எஃப்.ஏ. இளங்கலை மாணவர்களுக்கு வரலாறு மற்றும் தத்துவம் கற்பிக்கும் ஆசிரியராகப் பணியாற்றினார்.

ஆசிரியப் பணியிலும் சிறப்பாக விளங்கினார். மறுநாள் நடத்த வேண்டிய பாடங்களை முதல்நாளே நன்கு படித்துத் தன்னை தெளிவுபடுத்திக் கொள்வார்.

ஒரு மாணவர் எத்தனை முறை சந்தேகம் கேட்டாலும் சற்றும் கோபப்படாமல் விளக்கம் அளிப்பார். மாணவர்கள் ஒவ்வொரு வரையும் தனித்தனியே சந்தித்து படிப்பில் ஊக்கம் தருவார்.

1877ஆம் ஆண்டு தை மாதம் சிவகாமி என்னும் மங்கை நல்லாரை மணந்தார். சுந்தரனாரின் தந்தைக்கு அவரது தாயார் எவ்வாறு மிகச் சிறந்த துணைவியாராகத் திகழ்ந்தாரோ அதுபோலவே சுந்தரனாருக்கும் சிறந்த மனைவியாக விளங்கினார் சிவகாமி அம்மையார்.

அப்போது திருநெல்வேலியில் ஆங்கிலக் கல்விச்சாலை ஒன்றிற்குத் தலைவர் ஒருவர் தேவைப்பட்டார். உடனே ராஸ், சுந்தரனாரைத் தலைவராக்குமாறு கேட்டுக்கொண்டார். அதனை ஏற்று 1877ஆம் ஆண்டு ஆங்கிலக் கல்விச்சாலையின் தலைவராக சுந்தரம் பிள்ளை பொறுப்பேற்றார்.

அக்கல்லூரியின் வளர்ச்சிக்காகப் பாடுபட்டார். மாணவர் களைத் தனித்தனியே சந்தித்துப் பேசிப் பழகினார். அவர்களின் பெற்றோர்களையும் சந்தித்தார். ஆசிரியர்களையும் தன் நட்புக் கரங்களுக்குள் சிக்க வைத்தார்.

இவ்வாறு பல்வேறு திறமையான செயல்பாட்டின் மூலம் அக்கல்லூரியை இரண்டாம் நிலைக் கல்லூரியாக உயர்த்தி அனைவரையும் ஆச்சரியப்படுத்தினார். தற்போது திருநெல்வேலி பேட்டையில் அமைந்துள்ள அக்கல்லூரி ம.தி.தா. இந்துக் கல்லூரி என்று அழைக்கப்படுகிறது.

மட்டுமன்றி நெல்லை மாநகரில் அநேக சொற்பொழிவுகள் நிகழ்த்தி பலரையும் தம் பேச்சால் ஈர்த்தார்.

1877 மற்றும் 1878ஆம் ஆண்டுகளில் கோடகநல்லூர் சுந்தரசுவாமிகளிடம் பிரம்ம கீதை, சூதசம்ஹிதை, பெருந்திரட்டு காட்டும் அத்வைத சிந்தனைகளைக் கற்றறிந்தார். அதனால் 'பரமாத்துவித' என்ற வேதாந்த ஞானத்தை உணர்ந்தார்.

தத்துவராயர் முறைப்படுத்திய பரமாத்துவித வேதாந்தத்தையே உட்பொருளாக வைத்து மனோன்மணியம் நாடகத்தைப் படைத்தார். பன்னிரண்டு ஆண்டுகளுக்கு மேலாக இதனை எழுதினார். உ.வே. சாமிநாதய்யரிடம் கொடுத்து திருத்தங்கள் செய்து கொண்டார்.

இந்த நாடகம் தரத்தாலும், நுட்பத்தாலும், கட்டுக்கோப்பாலும் சிறந்து விளங்குகிறது. மேலும் பல்கலைக் கழகப் பாடநூலாகவும் கற்பிக்கப்பட்டது.

தேசிய இயக்கம் உருவாகிக் கொண்டிருந்த அந்தக் காலத்தில், மொழி அபிமானம், தேச அபிமானங்களைக் கொள்கைப் பற்றோடு புலப்படுத்தினார். அதனால் தமிழ் மக்களிடையே மொழி மற்றும் நாட்டுப் பற்றுகளுடன் இயக்கங்கள் தோன்ற உள்ளொளியாகத் திகழ்ந்தார்.

1878ஆம் ஆண்டு இவர் தமது தாயாரை இழந்தார்.

நாகப்பட்டினத்தில் புத்தகக் கடை வைத்திருந்த நாராயண சாமிப் பிள்ளை என்னும் தமிழாசிரியர் இவரது தமிழறிவை மேலும் வளர்த்திட துணை புரிந்தார். அதாவது யாப்பருங்கலக் காரிகையைத் தெள்ளத் தெளிவாக சுந்தரனாருக்குக் கற்றுக் கொடுத்தார்.

1880ஆம் ஆண்டு மாமன்னர் கல்லூரியில் தத்துவத்துறையில் முதுகலைப் பட்டம் (எம்.ஏ) பெற்றார். எம்.ஏ. தேர்வு எழுதும்போது பம்மல் விஜயரங்க முதலியார் வீட்டில் தங்கித் தேர்வுக்குத் தயார் செய்தது குறிப்பிடத்தக்கது.

இந்தக் காலக்கட்டத்தில் சுந்தரம் பிள்ளையின் தமிழ்ப் பணியின் பயணம் செவ்வனே தொடங்கியது. நெல்லையில் இருந்த போது அவர் எழுதத் தொடங்கிய மனோன்மணியம், நூற்றொகை விளக்கம் ஆகிய நூல்களைத் திருவனந்தபுரத்தில் சிறப்பாக எழுதி முடித்தார்.

திருவிதாங்கூர் பகுதியில் பழமையான கோயில்களில் பாழடைந்து பாதுகாப்பற்றுக் கிடந்த கல்வெட்டுக்களை ஆய்வு செய்யத் தொடங்கினார்.

இவரது தமிழார்வம் மற்றும் அறிவாற்றலை அறிந்த விசாகம் திருநாள் மன்னர் தமது அரண்மனையிலேயே உயர் பதவியை வழங்கிச் சிறப்பித்தார்.

1882 முதல் 1885ஆம் ஆண்டு வரை திருவிதாங்கூர் அரண்மனை வருவாய்த் துறைத் தனி அலுவலராக அரசுப் பணியில் இருந்தார்.

ஆனால் இந்த உயர் பதவியை தனது கல்விக்கும், அறிவுக்கும் ஏற்ற பதவியாக அவரால் ஏற்றுக்கொள்ள முடியவில்லை.

அப்போது சட்டக் கல்வியும் பயின்றார்.

சட்டப் பேராசிரியராக இருந்த ஓம்ஸ்பி என்பவர், 'என்னுடைய மிகச் சிறந்த மாணவர்களில் ஒருவனான நீ என்றும் நல்லவனாகவும், முதன்மையானவனாகவும் விளங்குகிறாய்' என்று சுந்தரனாரைப் பாராட்டியது குறிப்பிடத்தக்கது.

சுந்தரனார் நடுத்தர உயரமானவர். சற்றே உறுதியான உடல். மாநிறம். வசீகர முகம். அறிவொளி வீசும் விழிகள். புன்னகை தவழும் இதழ்கள். இனிமையான பேச்சு.

இப்படித்தான் சுந்தரம் பிள்ளை காட்சியளித்தார். அவரைச் சுற்றிலும் எப்போதும் கல்வி மற்றும் அறிவியலாளர் கூட்டம் இருந்து கொண்டே இருக்கும்.

இந்நிலையில் திருவனந்தபுரம் மாமன்னர் கல்லூரியில் தத்துவ இயல் பேராசிரியராகப் பணியாற்றிய ராபர்ட் ஹார்வி என்பவர் தாயகம் திரும்பிச் செல்ல வேண்டியிருந்தது.

மனோன்மணியம் சுந்தரம் பிள்ளையைத் தனக்குப் பதிலாக பேராசிரியராகப் பணியாற்றுமாறு கேட்டுக் கொண்டார்.

இதனையடுத்து சுந்தரனாரும் பேராசிரியர் பணியில்

சேர்ந்தார். 1885ஆம் ஆண்டு இப்பணியில் சேர்ந்த சுந்தரம் பிள்ளை இறுதிக் காலம் வரை அதிலேயே நிலைத்துவிட்டார்.

தத்துவயியல் என்பது கடினமான, சுவையற்ற, வறட்டுத்தன்மை மிக்க பாடம் என்றே பொதுவாக அப்போது கருதப்பட்டது. அப்படி போரடிக்கத்தக்க பாடத்தை மாணவர்கள் விருப்பத்துடன் படிக்கிற அளவிற்கு கொண்டு வந்தார்.

இதனிடையே தமது குருநாதர் சுந்தரசுவாமிகள் இயற்றிய 'நிஜானந்த விலாசம்' என்னும் நூலை தமது நண்பர்கள் சிலருடன் இணைந்து அச்சிட்டு வெளியிட்டார்.

'அரிமளம் என்னும் இடத்தில் சுந்தரசுவாமிகள் தங்கியிருந்த போது 'மகா சந்நிதானம், மகா வாக்கியச் சுருக்கம், வேதாகமம், சம்பிரதாயப் பிரகரணம், மனோ நாச மார்க்கம்' ஆகிய நூல்களையும் இயற்றி, அத்துடன் முன்பே இயற்றிய பிரசுரங்களை யும் அத்துடன் ஒன்றிணைத்து 'நிஜாந்த விலாசம்' என்று பெயரிட்டு பஜனை சிதம்பரம் பிள்ளையின் கையில் கொடுத்தனர்' என்ற செய்தி, கோடகநல்லூர் கே. சுந்தரசுவாமிகள் திவ்ய சரித்திரம் என்னும் நூலில் குறிப்பிடப்பட்டுள்ளது.

இவரது ஆய்வுத்திறன் பற்றி உள்நாட்டினர் மட்டுமல்லாமல் வெளிநாட்டினரும் பாராட்டினர். ஆய்வுத் திறனைப் பாராட்டி தங்களுக்குச் செலுத்த வேண்டிய கப்பத்தில் இருந்து 10 ஆயிரம் ரூபாயை சுந்தரம் பிள்ளைக்கு வழங்குமாறு திருவிதாங்கூர் மன்னருக்கு அன்றைய ஆங்கிலேய அரசு ஆணை பிறப்பித்தது. அவ்வாறு வழங்கப்பட்ட தொகையை திருவனந்தபுரம் பத்மநாப சுவாமி கோயிலுக்கு சுந்தரனார் நன்கொடையாக அளித்தார்.

இவரின் தொல்லியல் ஆய்வைப் பாராட்டி இங்கிலாந்தில் உள்ள 'ராயல் ஏஷியாடிக் கழகம்' இவரை உறுப்பினராக நியமித்துப் பெருமைப்படுத்தியது. அதனை எம்.ஆர்.ஏ.எஸ். (M.R.A.S) என்பார்கள்.

அதேபோல லண்டன் வரலாற்று ஆய்வுக் கழகம் எஃப்.ஆர்.எச்.எஸ். (F.R.H.S) என்னும் பட்டத்தை வழங்கி கௌரவப்படுத்தியது.

மேலும் அன்றைய பிரிட்டீஷ் அரசு 'ராவ் பகதூர்' என்னும் உயரிய பட்டத்தை சுந்தரம் பிள்ளைக்கு வழங்கியது.

சாமிநாத பிள்ளை, வலிய மேலெழுத்து திரவியம் பிள்ளை, சுப்பிரமணிய பிள்ளை ஆகியோருடன் இணைந்து திருவனந்த

புரத்தில் 'சைவப் பிரகாச சபை' என்னும் அமைப்பை ஏற்படுத்தினார்.

தமிழ்மொழி, கலை, பண்பாடு ஆகியவற்றைப் போற்றி வளர்த்தல், தமிழ்ச் சமுதாயப் பழக்க வழக்கங்களைச் சீர்திருத்துதல் தமிழ் மக்களின் பொருளாதார நிலையை மேன்மையுறச் செய்தல், தமிழ்ச் சிறுபான்மையினரின் உரிமைகளைப் பாதுகாத்தல், தமிழ் மக்களின் உயர்தரக் கல்வி, தொழிற் கல்வி ஆகியவற்றிற்குரிய வசதிகள் அளித்தல் ஆகிய சீரிய நோக்கங்களுடன் சபையை நிர்வகித்தார்.

இச்சபையின் மூலம் தமிழ்ப் பயிற்சி வகுப்பு நடத்தப்பட்டது. சபையின் சார்பில் கேரளப் பல்கலைக் கழகத்தில், 'பேராசிரியர் சுந்தரனார் அறக்கட்டளை' ஒன்றும் நிறுவப்பட்டுள்ளது.

1885ஆம் ஆண்டு அதற்கு ஒரு கட்டடம் கட்டப்பட்டது. அக் கட்டடம் இன்றும் உள்ளது. இங்குதான் சுவாமி விவேகானந்தருடனான சந்திப்பும் நிகழ்ந்தது. தன்னை ஒரு திராவிடன் என்று பெருமிதத்தோடு விவேகானந்தரிடம் அவர் அறிமுகம் செய்து கொண்டது குறிப்பிடத்தக்கது.

வீரத்துறவி விவேகானந்தர் 1892ஆம் ஆண்டு ஆன்மீகப் பயணமாக திருவனந்தபுரம் வந்திருந்தார். அப்போது, சுந்தரனாரின் விருந்தினராக அவர் இல்லத்திற்கு வருகை தந்தார்.

விருந்திற்குப் பிறகு விவேகானந்தரும், சுந்தரனாரும் உரையாடிக் கொண்டிருந்தனர். அப்போது அவர்களுக்கிடையே நிகழ்ந்ததைத் தமது குறிப்பேட்டில் பதிவு செய்து வைத்துள்ளார் சுந்தரம் பிள்ளை.

'உவப்போடு என்னுடன் பேசி மகிழும் உத்தம நண்பர் விவேகானந்தர், 'தங்கள் கோத்திரம் என்ன?' என்று வினா எழுப்பினார். வேறு ஒரு தினமாகில் வினாவினைக் கேட்டதும் நான் வெகுண்டிருப்பேன். உறவென விருந்துக்கு வந்த, அந்த உயர்ந்த நண்பரிடம் நான் மெல்லிய குரலில், 'எனக்கும் கோத்திரத்திற்கும் சம்பந்தம் ஒன்றும் கிடையாது தன்மானம் காக்கும் தென்னாட்டில் பிறந்த திராவிட இனத்தைச் சேர்ந்தவன் நான்' என ஆத்திரமின்றிக் கோத்திரக் கேள்விக்கு விடையளித்தேன்.'

இப்படித்தான் இருந்தது அவரது குறிப்பு.

1886ஆம் ஆண்டு இவரது தந்தையார் காலமானார்.

மனோன்மணியம் சுந்தரம் பிள்ளை

இவரின் மிகச் சிறந்த நாடக நூலான 'மனோன்மணியம்' 1891ஆம் ஆண்டு வெளியானது.

சுந்தரம் பிள்ளையின் ஞான ஆசிரியராக இருந்த கோடகநல்லூர் சுந்தர சுவாமிகளின் தொடர்பு காரணமாகவே மனோன்மணியத்தில் சுந்தர முனிவர் என்னும் பாத்திரப் படைப்பு உருவாயிற்று.

'மனோன்மணியம்' என்ற நாடகத்தைப் படைத்ததால் "மனோன்மணியம் சுந்தரம் பிள்ளை' என்று அனைவராலும் அழைக்கப்பட்டார். இந்த நாடகம் சேலம் மாடர்ன் தியேட்டர்ஸ் அதிபர் டி.ஆர். சுந்தரத்தால் 'மனோன்மணி' என்ற பெயரில் திரைப்படமாக்கப்பட்டு வெளியிடப்பட்டது.

கல்வெட்டு தொடர்பான ஆய்வில் ஈடுபட்ட சுந்தரனார், திருஞானசம்பந்தர் கால ஆராய்ச்சியை மேற்கொண்டு 'திருஞான சம்பந்தர் காலம்' என்னும் நூலை 1894ஆம் ஆண்டு நூலாக வெளியிட்டார்.

பத்துப்பாட்டு பற்றிய திறனாய்வை ஆங்கிலத்தில் எழுதி சென்னை கிறிஸ்தவக் கல்லூரி இதழில் வெளியிட்ட பெருமையும் இவருக்கு உண்டு.

1894ஆம் ஆண்டு கல்வெட்டு ஆதாரங்களின் அடிப்படையில் கி.பி.13ஆம் நூற்றாண்டுத் திருவாங்கூர் (வேனாடு) மன்னர்களின் வரலாற்றைக் கண்டறிந்தார்.

இவர் 14 கல்வெட்டுக்களைக் கண்டு பிடித்துள்ளார். கொல்லம் ஆண்டிற்கு நான்கு ஆண்டுக்கு முன்னர் ஆதிசங்கரர் மறைந்தார் என்பதையும் கண்டறிந்தார். சுந்தரனாரின் சாதனையால் திருவாங்கூர் மன்னர் வரலாற்றை முழுமையாகத் தெரிந்து கொள்ள முடிந்தது.

1896ஆம் ஆண்டு ஜெர்மனியின் பல்கலைக் கழகம் ஒன்று டாக்டர் பட்டம் வழங்கிச் சிறப்பித்தது.

அனைவரும் பாராட்டத்தக்க அடிப்படை ஆய்வு ஒன்றை இவர் நிகழ்த்தியுள்ளார்.

அது திராவிட இன ஆராய்ச்சி!

திராவிட இன உணர்வுக்கு வித்திட்டவர் மனோன்மணியம் சுந்தரம் பிள்ளை என்பதுதான் வரலாறு கூறும் உண்மை. இவரது ஆய்வுதான் பேரறிஞர் அண்ணாவின் மனதில் திராவிட இயக்கம் ஆழமாகப் பதியக் காரணம் என்பதும் மறுக்க முடியாத உண்மை.

'இயேசு கிறிஸ்துவின் தியாகங்கள் நிறைந்த வாழ்க்கையும், அவரது கருத்துக்களும் சுந்தரம் பிள்ளையை வெகுவாகக் கவர்ந்து இழுத்தது' என்று 'மகான்மாரும் மகிதைகளும்' என்ற நூலை எழுதிய அறிஞர் வி.ஆர். பரமேஸ்வரன் பிள்ளை குறிப்பிட்டுள் ளார்.

சுந்தரனாரின் பெற்றோருக்கு இது கவலையளித்தது என்றும், அவரது உறவினர் ஒருவரின் வீட்டில் நடைபெற்ற தீவிர விவாதம் ஒன்றை அடுத்து கிறிஸ்தவ மதம் மீதான அவரது பற்றுதல் முடிவுக்கு வந்தது என்றும் அந்நூலில் குறிப்பிடப்பட்டுள்ளது.

இவர் இயற்றிய தமிழ்த்தாய் வாழ்த்துப் பாடலில் புவியியல், தத்துவயியல், மொழியியல், வரலாற்றியல், தொல்லியல் ஆகிய இயல்கள் அடங்கி இருப்பது ஆச்சரியம் தரும் உண்மை.

நீராருங் கடலுடுத்த நிலமடந்தைக் கெழிலொழுகும்
சீராரும் வதனமெனத் திகழ் பரதக் கண்டமிதில்
தெக்கணமும் அதிற்சிறந்த திராவிடநல் திருநாடும்
தக்கசிறு பிறைநுதலும் தரித்தநறுந் திலகமுமே
அத்திலக வாசனைபோல் அனைத்துலகும் இன்பமுற
எத்திசையும் புகழ்மணக்க இருந்தபெருந் தமிழணங்கே!
பல்லுயிரும் பலவுலகும் படைத்தளித்துத் துடைக்கினுமோர்
எல்லையறு பரம்பொருள்முன் இருந்தபடி இருப்பதுபோல்
கன்னடமுங் களிதெலுங்கும் கவின்மலையாளமும் துளுவும்
உன்னுதிரத் தேயுதித்தே ஒன்றுபல வாகிடினும்
ஆரியம்போல் உலகவழக்கழிந் தொழிந்து சிதையாவுன்
சீரிளமைத் திறம்வியந்து செயன்மறந்து வாழ்த்துதுமே!

'நீராரும் கடலுடுத்த' என்னும் முதல் இரண்டு வரிகளில் புவியியல் காணப்படுகிறது.

'அனைத்துலகும் இன்பமுற' என்னும் இரண்டு வரிகளில் தொல்லியியலும், வரலாற்றியலும் கலந்து கிடக்கின்றன.

'பல்லுயிரும் பலஉலகும்' என்னும் வரிகளில் தத்துவயியல் இழையோடிக் காணப்படுகிறது.

'கன்னடமும் களிதெலுங்கும்' என்னும் வரிகளில் அவரது மொழியியல் ததும்பி நிற்கிறது.

இப்பூவுலகில் மொழிகள் பல பிறந்தாலும் பல மொழிகள் கால ஓட்டத்திற்குத் தாக்குப்பிடிக்க முடியாமல் அழிந்தொழிந்து

போய்விட்டன.

லத்தீன், கிரேக்கம் ஆகியவை செம்மொழிகள். என்றாலும் இன்று அவை அநேகமாகக் காணாமல் போய்விட்டன என்றே சொல்ல வேண்டும்.

இந்த மொழிகளைச் சேர்ந்ததுதான் ஆரியம். வடநாட்டில் இது நிலைபெற்றது. இத்தகைய வடமொழியில் இருந்து பல மொழிகள் பிறந்தன.

அதேபோல தென்னாட்டில் நிலைத்து நின்ற தமிழ் மொழியும் அநேக மொழிகளை ஈன்றது. ஆயினும் தமிழ் இன்றும் இளமை குன்றாமல் அழகுற விளங்குகிறது.

ஆனால் வடமொழி குழந்தைகளை ஈன்றதால் இளமை அழிந்து, முதுமை அடைந்து காணாமல் போய்விட்டது.

ஆக தமிழ் 'கன்னித் தமிழ்' என்று இன்றும் அழைக்கப்பட்டு வருகிறது என்றும், ஆரியம் வருவதற்கு முன்பு இந்திய தேசம் முழுவதும் தமிழே கோலோச்சி இருந்தது என்றும் பெருமிதத்தோடு முதன்முதலாக ஆய்வு செய்து உரைத்தவர் மனோன்மணியம் சுந்தரம் பிள்ளை.

இவரது 'நீராருங் கடலுடுத்த..' பாடலை 1970ஆண்டு ஜூன் மாதம் தமிழக அரசின் தமிழ்த் தாய் வாழ்த்துப் பாடலாக அங்கீகரித்து ஆணையிட்டார் அப்போதைய தமிழக முதல்வர் கலைஞர் மு. கருணாநிதி.

தான் வாழ்ந்த மனைத் தோட்டத்திற்குத் தனது ஆசிரியர் ஹார்வியின் பெயரையே சூட்டியதும், மனோன்மணிய நூலினை அவருக்கே சுந்தரனார் உரிமையாக்கியதும் குறிப்பிடத்தக்கது

பண்டைய இலக்கியங்கள், தத்துவ நூல்கள், கல்வெட்டுக்கள் போன்றவற்றை நுணுக்கமாக ஆய்வுகள் பல செய்த சுந்தரனார், நிதானமான தேசப் பற்றையும் கொண்டிருந்தார்.

மன்னராட்சியைப் பற்றி நன்கு ஆய்வு மேற்கொண்ட அவர், புறநானூறு, சிலப்பதிகாரம், கலிங்கத்துப்பரணி ஆகிய நூல்களில் காட்டப்பட்டுள்ள போர் முறைகளையே தமது நாடகக் காவியத்தில் கையாண்டுள்ளார்.

இவரது கல்வி, அறிவாற்றல், ஆய்வுத்திறன் போன்றவற்றைப் பாராட்டி சென்னைப் பல்கலைக் கழகம் 'உயர் கலைக் கழக உறுப்பினர்' (F.M.U. - Fellow of Madras University) என்னும்

உயரிய பொறுப்பில் 1891ஆம் ஆண்டு நியமித்தது. இதன்மூலம் தேர்வுக் கண்காணிப்பாளராகவும் அவர் நியமிக்கப்பட்டார்.

மேலும் சென்னைப் பல்கலைக் கழகத்தின் தமிழ், ஆங்கிலம், வரலாறு, தத்துவம் ஆகிய துறைகளின் தேர்வுநிலை உறுப்பினராகவும் இருந்தார்.

தமிழ் நாடகத் தந்தை பம்மல் சம்பந்த முதலியார் எழுதிய 'லீலாவதி சுலோசனை' என்னும் நாடகத்தில் இருந்து ஐம்பது பக்கங்களைச் சென்னைப் பல்கலைக் கழக எஃப்.ஏ. தேர்வுக்குப் பாடமாக வைக்கத் தமிழ்த் துறையினருக்குப் பரிந்துரை செய்தார்.

ஒரு தமிழ் நாடகத்தை முதன்முறையாகத் தேர்வுக்குப் பாடமாக வைத்த பெருமை சுந்தரம் பிள்ளையையே சாரும்.

அவரது வரலாற்று ஆய்வுக்காக சென்னை மாநில அரசு 'ராவ் பகதூர்' என்னும் சிறப்புப் பட்டத்தை 1896ஆம் ஆண்டு மே

மாதம் வழங்கிச் சிறப்பித்தது. எனவே அன்று முதல் அவர், ராவ் பகதூர் பெ. சுந்தரம் பிள்ளை எம்.ஏ., எஃப்.ஆர்.எச்.எஸ்., எம்.ஆர்.ஏ.எஸ். என்று அழைக்கப்படும் நிலைக்கு உயர்ந்தார்.

ஆனால் திருவிதாங்கூர்ப் பொதுமக்கள் அவரை 'எம்.ஏ. சுந்தரம் பிள்ளை' என்றே அழைத்தனர்.

ஆரா அமுதம் அனைய
தமிழ்வளர்த்த பேராசிரியர் பெருமான்

என்று பாராட்டுகிறார் கவிமணி தேசிக விநாயகம் பிள்ளை.

நான் பெற்ற மக்களில் சுந்தரன் சிறந்தவன்
நற்றமிழ் காக்கத் தன்னலம் துறந்தவன்
தேன்போன்ற தமிழை வளர்க்கப் பிறந்தவன்
செந்தமிழ்க் குழைத்தே இறந்தவன்

என்று தமது படைப்பான 'தேனருவி' என்னும் நூலில் குறிப்பிடுகிறார் பாவேந்தர் பாரதிதாசன்.

ஆங்கில மொழியிலும் அபார அறிவாற்றல் படைத்த சுந்தரம் பிள்ளை திருமுருகாற்றுப்படை, நெடுநல்வாடை ஆகிய பழந்தமிழ் நூல்களை ஆங்கில உரைநடையில் எழுதி வெளியிட்டு வெளி நாட்டவர்கள் அறிந்து பயனடையச் செய்தார்.

மேலும் இவர் எழுதிய நூல்கள் ஏராளம்.

பத்துப்பாட்டு (1891), முற்காலத் திருவாங்கூர் அரசர் (1894), ஆறாம் நூற்றாண்டுத் திருவாங்கூர் அரசர் (1896), திருவாங்கூர் கல்வெட்டுகள் (1897) போன்ற ஆய்வுக் கட்டுரைகள் மற்றும் நூல்களையும் எழுதியுள்ளார்.

திருவனந்தபுரம் பூர்வீக அரசியல் வரலாற்றைப் பற்றி நன்றாக ஆராய்ந்து 'திருவிதாங்கூர் பண்டை மன்னர்கள் வரலாறு' என்ற ஆய்வு நூலை எழுதி வெளியிட்டார்.

அந்நாட்டு வரலாற்றை உரைக்கும், இன்றியமையாத ஆதாரங்களுள் ஒன்றாக அந்நூல் இன்றும் விளங்குகிறது. இந்நூலை எழுதியமைக்காக மாதந்தோறும் நன்கொடையை திருவிதாங்கூர் மன்னர் இவரது குடும்பத்திற்கு அளித்துவந்தார்.

மேலும், நூற்றொகை விளக்கம் (1885, 1889), மனோன்மணீயம்

(1891), நம்பியாண்டார் நம்பி கால ஆய்வு, பொதுப்பள்ளியெழுச்சி, நற்றாயின் புலம்பல், சிவகாமி சரிதம் ஆகிய நூல்களையும் சுந்தரம் பிள்ளை படைத்துள்ளார்.

சீவராசிகளின் இலக்கணமும் பிரிவும் (1892), மரங்களின் வளர்ச்சி (1892), புஷ்பங்களும் அவற்றின் தொழில்களும் (1892) ஆகிய அறிவியல் நூல்களையும் எழுதி உள்ளார்.

'நிஜானந்த விலாசம்' என்னும் நூலை மாவடி சிதம்பரம் பிள்ளையுடன் சேர்ந்து சிதம்பரனார் பதிப்பித்தார்.

உயிரினப் பரிணாம அறிவை ஆல்ஃப்ரட் ரஸ்ஸல் வாலஸ் எழுதிய 'டார்வினியம்' என்னும் நூலின் வழியாக அறிந்து கொண்டார். விதைகள், மலர்கள், வண்டுகள், புழுக்கள் முதலான உயிர்களின் செயல்களை விளக்குவதற்கு அந்த அறிவு அவருக்குப் பயனுள்ளதாக அமைந்தது.

திருவிதாங்கூர் அரசு 1896 ஆம் ஆண்டு கல்வெட்டுத் துறையைத் தொடங்கியது. பேராசியர் சுந்தரனார், அரசுக் கல்வெட்டுத் துறையின் 'மதிப்புறு தொல்லியல் ஆய்வாளராக' நியமிக்கப்பட்டார். அவர் திருவிதாங்கூரின் பல பகுதிகளிலும் கிடைத்த கல்வெட்டுக்களைப் பற்றி பல ஆய்வுக் கட்டுரைகளை வெளியிட்டார்.

புரவசேரி ஆழ்வார் கோயில், சோழபுரம் சோழராஜா கோயில், திருவட்டாறு ஆதிகேசவப்பெருமாள் கோயில், திருவல்லம் பரசுராமர் கோயில் உட்பட பல்வேறு கோயில்களில் ஐம்பதுக்கும் மேற்பட்ட கல்வெட்டுக்களை அவர் தேடிக் கண்டுபிடித்து ஆய்வு மேற்கொண்டார்.

கல்வெட்டுத் துறையில் சுந்தரனார்தான் முன்னோடியாக விளங்கினார் என்று வரலாற்று அறிஞர் கே.கே. பிள்ளை தமது 'சுசீந்திரம் கோயில்' என்ற ஆய்வுநூலில் குறிப்பிட்டுள்ளார்.

மாபெரும் தமிழறிஞர்கள் பூண்டி அரங்கநாத முதலியார், பரிதிமாற் கலைஞர் என்று அழைக்கப்பட்ட வி.கோ. சூரியநாராயண சாஸ்திரியார், அரங்காச்சாரி, தமிழ்த் தாத்தா உ.வே.சா. என்னும் உ.வே. சாமிநாதய்யர் ஆகியோருடன் சிறந்த நட்புறவு கொண்டிருந்தார் சுந்தரம் பிள்ளை. அருட் தந்தை ஜி.யு. போப்புடனும் நெருங்கிய நட்பைக் கொண்டிருந்தார்.

மகாராஜா கல்லூரியில் தமிழ்த் தாத்தா உ.வே.சாவிற்கு வேலை வாங்கித்தர முயற்சித்தார். ஆனால் உ.வே.சா மறுத்துவிட்டார்.

மறைமலையடிகளை திருவனந்தபுரத்திற்கு அழைத்து வந்து ஒரு பள்ளியில் தமிழாசிரியர் வேலை வாங்கித் தந்துள்ளார். அவரும் சில மாதங்கள் அங்கே பணி செய்தார்.

கிறிஸ்துவ காப்பியமான இரட்சணிய யாத்ரிகம் என்னும் நூலை எழுதிய எச்.எ. கிருஷ்ணபிள்ளைக்கும் திருவனந்தபுரம் கல்லூரியில் வேலை வாங்கித் தந்த பெருமை சுந்தரம் பிள்ளைக்கு உண்டு.

இவரது பெருமையை நிலைநாட்டும் விதமாக 'மனோன் மணியம் சுந்தரனார் பல்கலைக் கழகம்' தொடங்கப்பட்டுள்ளது.

தமிழ்நாட்டுப் பல்கலைக் கழகங்களுள் ஒன்றான இது 1990ஆம் ஆண்டு செப்டம்பர் 7 ஆம் நாள் திருநெல்வேலியின் கொக்கிரகுளம் பகுதியில் மாவட்ட ஆட்சித் தலைவர் வளாகத்தில் தொடங்கப்பட்டது.

கஜேந்திர கட்கர் கமிஷன் பரிந்துரைக்கேற்ப மதுரை காமராசர் பல்கலைக் கழக தென்பகுதிக் கல்லூரிகள் பிரிக்கப்பட்டு இப் பல்கலைக்கழகம் உருவானது.

இதற்கு தமிழ்ப் பேராசிரியரான மனோன்மணியம் சுந்தரம் பிள்ளையின் பெயர் சூட்டப்பட்டுள்ளது.

மனோன்மணியம் சுந்தரம் பிள்ளையின் வாழ்க்கைப் பயணம் 42 வயதிலேயே நிறைவு பெற்றுவிட்டது. 1897ஆம் ஆண்டு ஏப்ரல் மாதம் 26ஆம் நாளன்று அவர் இயற்கை எய்தினார்.

தன் தலைமகனை இழந்துவிட்டதாகக் கண்ணீர் விட்டுக் கதறி அழுதது தமிழ் உலகம்.

மனோன்மணியம் சுந்தரம் பிள்ளையின் புதல்வர் நடராஜப் பிள்ளை இந்திய சுதந்திரப் போராட்டம் உச்சகட்டத்தில் இருந்தபோது, தமது 34வது வயதில் மகாராஜா சமஸ்தான எதிர்ப்புப் போராட்டத்தில் முன்னணியில் நின்றார்.

இது கண்ட ஆங்கிலேய அரசு அவருடைய சொத்துக்கள் அனைத்தையும் பறிமுதல் செய்துவிட்டது. எனவே அவர் ஓலைக் குடிசையில் வாழ நேரிட்டது.

பின்னர் அவர் கேரள அரசில் அமைச்சராக இருந்தது குறிப்பிடத்தக்கது.

2

மனோன்மணியம்

மனோன்மணியம் கவிதை நாடகத்தைப் பற்றிக் குறிப்பிடும் போது நிச்சயமாக லிட்டன் பிரபுவைப் பற்றியும் தெரிந்துகொள்ள வேண்டும்.

1800ஆம் ஆண்டுகளில் வாழ்ந்தவர் லிட்டன் பிரபு. இங்கிலாந்து நாட்டின் லண்டன் நகரைச் சேர்ந்தவ இவர், தமது பதினேழாவது வயதிலேயே கவிதைகள் எழுதினார். கேம்பிரிட்ஜ் பல்கலைக் கழகத்தில் உயர்கல்வி பயின்ற லிட்டன் பிரபு, 1826ஆம் ஆண்டு நாடகங்கள், கவிதைகள், நாவல்கள் போன்றவற்றை எழுதிக் குவித்தார்.

28 நூல்களை வசன நடையிலும், 10 நூல்களைச் செய்யுள் வடிவிலும் எழுதியுள்ளார். தவிர 6 நாடகங்களையும் எழுதியுள்ளார்.

'பாம்பி நகரத்தின் இறுதி நாட்கள்' என்ற இவரது நாவல் பெரும் புகழ் பெற்றது.

1866ஆம் ஆண்டு 'த லாஸ்ட் டேல்ஸ் ஆஃப் மிலட்டஸ்' (The Lost Tales of Miletus) என்னும் செய்யுள் நூல் ஒன்றை வெளியிட்டார். இதற்கு 'த சீக்ரட் வே' (The Secret Way) என்ற வேறு பெயரும் உண்டு.

மேலை நாட்டில் வாய்மொழியாக உலவி வந்த ஒரு பழைய கதையையே இவர் செய்யுளாகப் பாடினார். இதைத் தழுவி பேராசிரியர் சுந்தரம் பிள்ளை 'மனோன்மணியம்' என்னும் நாடகத்தை எழுதினார்.

மொத்தம் ஐந்து அங்கங்களில் மனோன்மணியம் அமைந்து இருக்கிறது. அங்கம் என்பதை ஆங்கிலத்தில் ஆக்ட் (Act) என்று குறிப்பிடலாம். களம் என்பதை scene என்று குறிப்பிடலாம்.

மனோன்மணியத்தின் முதல் அங்கம், ஐந்து களங்களைக் கொண்டதாக விளங்குகிறது. இரண்டாம் அங்கம், மூன்று களங் களைக் கொண்டுள்ளது. மூன்றாம் அங்கம், நான்கு களங்களையும்,. நான்காம் அங்கம், ஐந்து களங்களையும் ஐந்தாம் அங்கம் மூன்று களங்களையும் கொண்டுள்ளது. ஆக ஐந்து அங்கங்களும் இருபது களங்களுமாக மனோன்மணியம் நாடகம் முழுமை பெற்றிருக்கிறது.

பொதுவாக நாடகம் முடியும் தருவாயில் இன்பமான நாடகம் என்றும், துன்பமான நாடகம் என்றும் இரு நிலைகளில் முடிவடைவது உண்டு. அந்த வகையில் மனோன்மணிய நாடகம் இன்பமான நாடகமாக நிறைவு பெற்றுள்ளது.

பெரும்பான்மையாக ஆசிரியப் பாவே இக் கவிதை நாடகம் முழுவதும் பயன்படுத்தப்பட்டுள்ளது. ஆசிரியத் தாழிசை, வெண்பா, கலித்துறை, வெண் செந்துறை, கொச்சகக் கலிப்பா, மருட்பா எனப் பிற பா வகைகளும் இதில் இடம் பெற்றுள்ளன.

தமிழ்த் தெய்வ வணக்கத்தைச் சேர்த்து மொத்தம் 4 ஆயிரத்து 502 அடிகளில் இந்நாடகம் அமைந்துள்ளது.

இதுதான் மனோன்மணியம் நாடகத்தைப் பற்றிய சிறு குறிப்பு என்று வைத்துக் கொள்ளலாம்.

லிட்டன் பிரபு

தமிழைப் பொறுத்தவரையில் அண்மைக் காலமாக நாடகங்களின் பங்கு கணிசமாகி விட்டன. என்றாலும் முறையான நாடகம் எதுவும் தமிழில் எழுதப்பட்டு விட்டதாகத் தலை நிமிர்த்திச் சொல்வதற்கில்லை.

பம்மல் சம்பந்த முதலியார் மக்களுக்குப் பிடிக்கத்தக்க சில வெற்றி நாடகங்களை எழுதினார் என்பது உண்மைதான். ஆனாலும் அவை நாடகத்துக்குரிய இறுக்கமான அமைப்பையோ

பாத்திர சிருஷ்டி போன்ற முறையான இலக்கிய அம்சங்களையோ பெற்றவையாக இல்லை.

பேராசிரியர் சுந்தரம் பிள்ளை எழுதிய 'மனோன்மணியம்' ஒன்றுதான் முறையான தமிழ் நாடகம். இதில் நாடகத்தன்மை கொண்ட கதையமைப்பும், பாத்திர அமைப்பும், உயிரோட்டமுள்ள உரையாடலும் இருக்கின்றன. ஆயினும் முற்றிலும் கவிதையாக அமைந்திருப்பதால் இது போதிய அளவு வெற்றி பெறவில்லை.

ஆனால் மேடையில் கவிதை நாடகத்துக்கும் இடம் உண்டு. மேலை நாடுகளில் இன்றும் கவிதை நாடகங்கள் அரங்கேறவே செய்கின்றன.

ஷேக்ஸ்பியர் நாடகமும், டி.எஸ். எலியட்டின் நாடகமும் கவிதை நாடகங்களாக இருப்பினும் மேடைக்கேற்ற நாடகங்களாக விளங்குவதைப் போலவே 'மனோன்மணிய'மும் மேடைக்கேற்ற நாடகம் என்பதில் இருவேறு கருத்துக்கு இடம் இல்லை.

மனோன்மணியம் ஆங்கிலக் கதையைத் தழுவி எழுதப்பட்டது என்ற குறையும் இருக்கத்தான் செய்கிறது.

ஷேக்ஸ்பியரின் பல நாடகங்களும், காளிதாசனின் சாகுந்தலமும் இவ்வாறு தழுவல்தான் என்பதை நாம் நினைவில் கொள்வது அவசியம்.

சாகுந்தலம் மகா பாரதத்தில் இருந்து எடுத்தாளப்பட்டது என்பது அனைவரும் அறிந்த உண்மை.

எனவே மனோன்மணியம் மிகச் சிறந்த கவிதை நாடகம் என்பதில் எந்த ஐயமும் தேவை இல்லை. ஒரு நாடகத்திற்கான அனைத்து அம்சங்களும், லட்சணங்களும் ஒருங்கே அமைந்த ஒரே ஒப்புயர்வற்ற நாடகம் மனோன்மணியம்.

அப்படிப்பட்ட நாடகத்தின் கதைச் சுருக்கத்தை நாம் இங்கே விவரிப்பது சாலச் சிறந்தது.

மதுரை மாநகரைத் தலைநகரமாகக் கொண்டு பாண்டிய நாட்டை சீவகன் என்னும் மன்னன் ஆண்டு வந்தான். அவன் அருங்குணங்களின் நாயகன்; கள்ளம், கபடம் சிறிதும் அறியாதவன்.

அவனது தலைமை அமைச்சனாகக் குடிலன் என்பவன் இருந்தான். அவன் ஆட்சிக்கு வேண்டிய சூழ்ச்சித் திறமை அனைத்தையும் உடையவன்; அதே சமயம் மிகுந்த தீய குணம் படைத்தவன்.

மன்னனுக்கு உண்மையானவன் போல் நடித்து எளிதில் மன்னனைத் தன் வயப்படுத்திக் கொண்டான். அதைப் பயன்படுத்தி தன் வாய்ப்பையும் வசதியையும் செல்வாக்கையும் வளர்த்துக் கொள்ளத் திட்டம் தீட்டினான்.

அவனது திட்டம் வெற்றி அடைவதற்கு முதல் தடையாக இருப்பது மன்னனின் தலைநகராகிய மதுரை மாநகர் என்பதை உணர்ந்தான். எனவே தன்னால் செல்வாக்குடன் திகழக்கூடிய ஒரு நகருக்குத் தலைநகரை மாற்றத் திட்டமிட்டான்.

அவ்வாறு அவன் தேர்ந்தெடுத்த நகரம் திருநெல்வேலி. குடிலன் மீது மிகுந்த நம்பிக்கை வைத்திருந்த மன்னனும் அவன் சொற்படி திருநெல்வேலிக்குத் தலைநகரை மாற்றினான். அங்கே கோட்டை கொத்தளங்கள் உருவாக்கப்பட்டன.

பாண்டிய மன்னன் சீவகனின் குலகுருவாக விளங்கியவர்

சுந்தர முனிவர். தலைநகர் மாற்றத்தால் மன்னனுக்குத் தீங்கு விளையுமோ என்று சுந்தர முனிவர் அஞ்சினார். எனவே பாண்டியனுக்கு வர இருக்கும் தீங்கைத் தடுக்க எண்ணி அவரும் திருநெல்வேலியில் குடியேறினார்.

தன் குலகுரு நெல்லைப் பகுதிக்கு வந்திருப்பதை மன்னன் அறிந்தான். தன் அரண்மனைக்கு அவரை வரவழைத்தான். புதிய தலைநகரின் கோட்டைகள், அரண்மனை ஆகியவற்றைச் சுற்றிக் காட்டினான்.

அவற்றின் நிலையாமையைச் சுந்தர முனிவர் மன்னனுக்கு உணர்த்தினார். மன்னனின் குடும்பத்திற்கும், அரண்மனை முதலிய மற்ற இடங்களுக்கும் நலமும் வளமும் கூடுவதற்குச் சில சிறப்புப் பூஜைகள் நடத்த வேண்டும் என்று கூறினார். அதற்காக அரண்மனையிலேயே ஒரு பகுதியில் தமக்குத் தனி அறை வேண்டும் என்றும் கேட்டுப் பெற்றுக் கொண்டார்.

பாண்டிய மன்னன் சீவகனின் ஒரே மகள் மனோன்மணி. அழகிய தோற்றத்தை உடையவள். அருள் உள்ளம் கொண்டவள். பதினாறு வயதே நிரம்பிய பருவ மங்கை.

அவளுக்கு உயிர்த் தோழியாய் வாணி என்பவள் இருந்தாள். அவள் கள்ளம் கபடம் அற்றவள். மனதில் பட்டதை மறைக்காமல் பேசிப் பழகியவள்.

வாணியின் காதலன் நடராஜன். சிறந்த குணங்களை உடையவன். வாணியின் தந்தையின் பெயர் சகடன். இவன் பொருள் மீது பேராசை கொண்டவன். தன் மகளைக் குடிலனின் மகன் பலதேவனுக்கு மணம் முடித்துக் கொடுத்து அதன் மூலம் தனக்குச் செல்வத்தையும் சமூக மதிப்பையும் தேடிக் கொள்ள விரும்பினான்.

சேரநாட்டு அரசன் புருஷோத்தமன் சிறந்த வீரன். அவனது திருஉருவத்தை மனோன்மணி கனவிலேயே கண்டு அவன் மீது காதலுற்றாள். காதல் நோயால் வாடினாள்.

அவள் திடீர் உடல் நோய்க்குக் காரணம் தெரியாமல் மன்னன் சீவகன் வருந்தினான். அப்போது அங்கே வந்த சுந்தரமுனிவர் மனோன்மணிக்கு ஏற்பட்டது காதல் நோய் என்றும், திருமணமே அதற்கு உரிய சரியான மருந்து என்றும் தம் குறிப்பால் உணர்ந்தார்.

மனோன்மணிக்குப் பொருத்தமானவன் சேரமன்னன் புருஷோத்தமனே என்பதைச் சீவகனிடம் தெரிவித்தார். இச்செயலை

எளிதில் நிறைவேற்றக் கூடியவன் வாணியின் காதலன் நடராஜனே என்றும் கூறினார்.

ஏற்கனவே நடராஜனைப் பற்றி வாணியின் தந்தை சகடன் கூறிய சொற்களால் சீவகன் நடராஜன் மீது கோபமுற்று இருந்தான். எனவே, சுந்தர முனிவரின் நன்மொழியைச் சீவகன் ஏற்கவில்லை. மேலும் குடிலன் சீவகனின் மனத்தைத் தன் தந்திர வலையில் கட்டிப் போட்டிருந்தான். எனவே மன்னன் அவனது கைப்பாவையாகவே மாறிவிட்டான்.

புருஷோத்தமன் சீவகனின் மருமகனாகி விட்டால் தன் சொல்வாக்குச் சீவகனிடம் குறைந்துவிடும் என்று எண்ணிய குடிலன், அதைத் தடுக்கத் திட்டம் தீட்டினான். மேலும் தன் மகன் பலதேவனுக்கே மனோன்மணியை மணம் முடித்தால் பாண்டிய நாடே தன் கட்டுப்பாட்டில் வந்துவிடும் என்றும் ஆசை கொண்டான்.

இதற்காக ஒரு திட்டம் வகுத்தான். முதலில் புருஷோத்தமனின் மனநிலையைத் தெரிந்து கொள்ளலாம் என்றும், அதற்காகத் தனது மகன் பலதேவனைத் தூது அனுப்பலாம் என்றும் மன்னனிடம் கூறினான்.

மன்னனும் அதற்கு இசைவு தெரிவிக்கவே, பலதேவன் தூதுவனாக அனுப்பப்பட்டான்.

இதனிடையே சேர நாட்டு மன்னன் புருஷோத்தமனும் மனோன்மணியைப் போலவே கனவு கண்டான். கனவில் வந்த மனோன்மணியிடம் காதல் கொண்டான். நாளுக்கு நாள் இந்தக் கனவு வளர்ந்து கொண்டே போனதால் அவன் உள்ளம் மிகவும் வாடியது.

இந்த வேளையில்தான் பலதேவன் தூதுவனாகப் புருஷோத்தமன் அவைக்குச் சென்றான். தன் தந்தையாகிய குடிலன் சொல்லிக் கொடுத்ததற்கு ஏற்ப புருஷோத்தமனிடம் வேண்டும் என்றே தகாத எதிர்வாதம் செய்து பாண்டிய மன்னன் மீது போர் தொடுக்கும் அளவிற்கு வாதத்தைப் பெரிது படுத்திவிட்டான்.

இதனால் பாண்டிய நாட்டுக்கும் சேரநாட்டுக்கும் இடையே போர் ஏற்பட்டது.

சேரநாட்டுப் படைகளும் பாண்டிய நாட்டுப் படைகளும் திருநெல்வேலிக்கு எதிரில் ஒன்றோடொன்று போரிட்டன. போரின் போது பாண்டிய நாட்டுப் படையில் குழப்பம் ஏற்பட்டது.

அதனால் அப்படை ஏறக்குறையத் தோல்வி அடையும் நிலைக்குத் தள்ளப்பட்டது. பாண்டிய மன்னன் சீவகன் உயிருக்கும் ஆபத்து ஏற்பட்டது.

ஆனால் நாராயணன் என்னும் போர் வீரனால் சீவகன் காப்பாற்றப்பட்டான். நாராயணன் நடராசனின் நண்பன். குடிலனின் சூதுகளை நன்கு அறிந்தவன்.

அரண்மனை வந்து சேர்ந்த சீவகன் தோல்விக்கான காரணத்தை ஆராயத் தொடங்கினான். சூழ்ச்சித் திறமும் சூது எண்ணங்களும் நிரம்பப் பெற்ற குடிலன், நாராயணனால்தான் இப்பெரிய தோல்வி ஏற்பட்டது என மன்னன் நம்புமாறு கூறினான். அதனால் நாராயணனைக் கழுவேற்றிக் கொல்லும்படி சீவகன் கட்டளையிட்டான்.

இந்த வேளையில் சீவகனுக்கு ஒரு கேடு வர இருப்பதை உணர்த்தி அதற்காக முக்கிய ஆலோசனை நடத்த வேண்டும் என்று சுந்தர முனிவர் செய்தி அனுப்பி இருந்தார்.

எனவே நாராயணனைக் கழுவேற்றுவதைத் தற்காலிகமாகச் சீவகன் நிறுத்தி வைத்தான்.

சுந்தர முனிவர் அரண்மனையில் தனக்காக ஒதுக்கப்பட்ட அறையில் இருந்து தனது ஆசிரமம் வரையில் பூமிக்குக் கீழே இரகசிய வழி ஒன்றை ஏற்படுத்தி இருந்தார். அவ்வழியே சீவகன், மனோன்மணியை அழைத்துக் கொண்டு தன் ஆசிரமத்தில் வந்து பார்க்குமாறு வேண்டி இருந்தார்.

ஆனால் அரண்மனை, கோட்டை ஆகியவற்றில் சீவகன் அளவற்ற அன்பு கொண்டிருந்ததால் தான் வர மறுத்துவிட்டுத் தன் மகள் மனோன்மணியை மட்டும் நள்ளிரவில் அனுப்ப ஒத்துக் கொண்டான்.

நள்ளிரவும் வந்தது. மன்னனுக்கு மகள் மேல் அளவில்லாத பாசம் ஏற்பட்டது. எனவே மன்னன் குழம்பிவிட்டான். குடிலனை அழைத்தான். சுந்தரர் தன்னிடம் சொன்ன செய்திகளைக் குடிலனிடம் சொல்லி அவன் என்ன கருதுகிறான் என்பதைத் தான் அறிந்து கொள்ள முயன்றான். சுந்தரர் ஏற்படுத்திய இரகசிய வழியைப் பற்றியும் குடிலனிடம் கூறிவிட்டான்.

கெடுமதி படைத்த குடிலன் சீவகனுக்கு எதிராகவும் தனக்குச் சாதகமாகவும் உடனே திட்டம் தீட்டி விட்டான். நள்ளிரவில் மனோன்மணியைச் சுந்தர முனிவரிடம் அனுப்பலாம் என்றும்

ஆனால் அவள் கன்னியாய்ச் செல்வது தகாது என்றும் கூறினான். எனவே சுந்தர முனிவரிடம் அனுப்புவதற்கு முன் தன் மகன் பலதேவனுக்கு மனோன்மணியைத் திருமணம் முடித்து அனுப்பலாம் என்றும் கூறினான்.

சீவகனும் அப்பாவித்தனமாக அதற்கு ஒத்துக் கொண்டான்.

பின்னர், குடிலன் இரகசிய வழியைக் கண்டறிய உடனே புறப்பட்டான். பூமிக்குக் கீழே சென்ற அந்த இரகசிய வழி சேரநாட்டுப் படைகள் தங்கி இருந்த பாசறைக்கு அருகில் கொண்டு போய் விட்டது.

அந்த வழியைச் சேர மன்னன் புருஷோத்தமனிடம் காட்டிக் கொடுத்து விட்டால் போரே நடைபெறாமல் எளிதில் அவன் அரண்மனையைக் கைப்பற்றி விடுவான் என்ற சந்தேகம் எழுந்தது.

ஒரு குடம் தாமிரபரணி ஆற்று நீரும், பாண்டியனுக்கே உரிய வேப்ப மாலையும் தன் தோல்விக்கு அடையாளமாகக் கொடுத்து

விட்டால் போரை நிறுத்தி விடுவதாகத் தன் தூதுவன் மூலம் புருஷோத்தமன் முதல் நாள் போரில் கூறி அனுப்பியது இப்போது குடிலனின் நினைவுக்கு வந்தது.

இதையே காரணம் காட்டி இப்போது சீவகனைப் பிடித்துக் கொடுத்துவிட்டுத் தான் நாட்டைக் கைப்பற்றி விடலாம் என்று குடிலன் எண்ணினான்.

இந்த நினைவுகளுடன் அவன் பாசறையை நோக்கி நடந்தான். பாசறையில் இருந்த புருஷோத்தமன் தூக்கம் வராமல் இங்கும் அங்கும் நடந்து கொண்டிருந்தான். கனவில் வந்த மனோன்மணியின் உருவம் மீண்டும் அவன் கனவிலும் நினைவிலும் நிழலாடியது.

அப்போது குடிலன் அவனைச் சந்தித்தான். தன் தீய எண்ணத்தை நல்லவன் போல் நடித்து வெளிப்படுத்தினான். ஆனால் தன்னலங் கருதாத புருஷோத்தமன், தீய எண்ணம் உடைய குடிலனைக் கைது செய்யுமாறு கூறினான்.

கைது செய்த நிலையிலேயே அவனை அழைத்துக் கொண்டு இரகசிய வழியில் தன் வீரர்களுடன் அரண்மனையை நோக்கி வந்துகொண்டிருந்தான்.

இந்த வேளையில், சீவகன் மனோன்மணியைப் பலதேவனுக்கு மணம் முடிக்க அனைத்து ஏற்பாடுகளையும் செய்து கொண்டிருந்தான். சேரநாட்டு மன்னனால் பாண்டிய நாட்டுக்கு வர இருக்கும் பேராபத்தை மனோன்மணிக்கு உணர்த்தினான். தன் தந்தையின் நிலைமையை எண்ணி இரக்கம் கொண்டு மனோன்மணியும் பலதேவனை மணக்க ஒத்துக் கொண்டாள். சுந்தர முனிவரும் வரவழைக்கப்பட்டார்.

இந்நிலையில் மனோன்மணியின் வேண்டுகோளுக்கு இணங்க நாராயணனும் விடுவிக்கப்பட்டான். நடராசனும் நாராயணனும் அங்கே வந்து சேர்ந்தனர்.

பலதேவன் மனோன்மணிக்கு மாலை சூடத் தயாரானான்.

அப்போது இரகசிய வழியாகக் குடிலனை இழுத்து வந்த புருஷோத்தமன், திடீரென அங்கே வெளிப்பட்டான்.

மனோன்மணி, தான் கனவில் கண்டு மகிழ்ந்த புருஷோத்தமன் உருவத்தை நேரில் கண்டதும் மகிழ்ச்சியில் மயக்க நிலைக்கே சென்றுவிட்டாள். மன்னன் கழுத்தில் மாலையைச் சூட்டி அவன் மார்பிலேயே மயங்கி விழுந்தாள். மன்னன் கனவில் வந்தவளும்

மனோன்மணியே ஆதலால் அவனும் மகிழ்ச்சியுடன் அவளைத் தாங்கிப் பிடித்தான்.

குடிலனின் தீய குணமும், சூழ்ச்சியும் அங்கே வெளிப்பட்டன. சீவகன் மனோன்மணியையும் புருஷோத்தமனையும் வாழ்த்தினான். தன் குரு சுந்தர முனிவரால் தெளிவு பெற்றான்.

இதுதான் மனோன்மணியத்தின் கதைச் சுருக்கம்.

மயிலை சீனி. வேங்கடசாமி 'மனோன்மணியம்' நாடகத்தை 1961ஆம் ஆண்டு பதிப்பித்துள்ளார். இந்நூல் பல்கலைக் கழகங்களி லும் கல்லூரிகளிலும் பாடப்புத்தகமாக இடம் பெற்றிருந்தது.

இந்நூலுக்கு மயிலை சீனி. வேங்கடசாமி எழுதியுள்ள முன்னுரையில் மனோன்மணியம் சுந்தரம்பிள்ளை குறித்த விரிவான

பதிவுகளைச் செய்துள்ளார். அவரின் புலமை குறித்து அறிவதற்கு இம்முன்னுரை பெரிதும் உதவுகிறது.

தமிழில் நாடகக் கலை எவ்விதம் உருவானது என்பது தொடர்பான ஆய்வுரையையும் இம்முன்னுரையில் காணமுடிகிறது.

மனோன்மணியம் நாடகம் தமிழில் முதல் நாடகமாகப் பலரும் கருதுவதைப் போல் இவரும் கருதியுள்ளார்.

செய்யுள் வடிவில், காவியமரபில், அங்கம் மற்றும் களம் என்னும் பிரிவுகளோடு மனோன்மணியம் எழுதப்பட்டிருப்பதால் இதற்கு நாடக நூல் என்ற அங்கீகாரம் ஏற்பட்டுள்ளது.

சுந்தரனார் காலத்தில் நாடகத் தமிழ் பெரும் வீழ்ச்சியடைந்த நிலையில் இருந்தது. நாடகப் படைப்புகள் அத்தனையும் அழிந்து போய் இருந்தன.

மராட்டியரான கோவிந்தசாமி ராவ் இயற்றிய புஷ்பவல்லி, சமரச சன்மார்க்க சபையைச் சேர்ந்த சங்கரதாஸ் எழுதிய நாற்பதிற்கும் மேற்பட்ட நாடகங்கள், காசிவிஸ்வநாத முதலியார் தாசில்தார் மற்றும் டம்பாச்சாரி போன்ற தெலுங்கு கலப்புடைய நாடகங்கள் என தமிழகத்தில் நடந்த நாடகங்கள் அனைத்துமே சமஸ்கிருத, தெலுங்கு, ஆங்கில கலப்புடன்தான் இருந்தன.

சுருக்கமாகச் சொன்னால் அவை அனைத்தும் மேலைநாட்டு பாணியில் இருந்தன.

ஒருசில நாடகங்கள் தமிழில் இருந்தாலும் புரிந்துகொள்ள எளிமையாக இல்லை.

ஆனால் யாருமே கவனம் செலுத்தாத நாடகத் தமிழை மீட்க முடிவுசெய்தார் சுந்தரம் பிள்ளை.

தன் தமிழறிவை எல்லாம் கொட்டி ஒரு நாடகம் எழுதினார்.

அதுதான் மனோன்மணியம்!

இதற்காக அவர் லிட்டன் பிரபு எழுதிய நாடகங்களை திருவிதாங்கூர் மன்னரிடம் கூறி வரவழைத்து படித்திருக்கிறார்.

அதில் ‘த சீக்ரட் வே’ (The Secret Way) என்ற கதை அவருக்கு மிகவும் பிடித்துப்போனது.

அக் கதையின் மூலக்கருவை எடுத்துக்கொண்டு அதை தமிழ் சூழலுக்கு மாற்றி கதையை உருவாக்கினார்.

1891ஆம் ஆண்டு அந்த மனோன்மணியம் நாடகத்தை சென்னைக்கு வந்து, ரிப்பன் பிரஸ் மூலம் அச்சேற்றி வெளியிட்டார்.

பின்னர் இந்த மூல அச்சு திருவிதாங்கூர் மன்னரால் அழிக்கப்பட்டு விட்டது.

மனோன்மணியம் தமிழ் நாடக வரலாற்றில் ஒரு மாபெரும் புரட்சியை ஏற்படுத்தியது.

அது எளிமையாகவும் விறுவிறுப்பாகவும் செழுமையான மொழிநடையிலும் இருந்தது.

திருக்குறள் பரவலாக அறியப்படாத அக்காலத்திலேயே 26 இடங்களில் திருக்குறளை அவர் மேற்கோள் காட்டியிருந்தது குறிப்பிடத்தக்கது.

இரண்டே ஆண்டுகளில் மனோன்மணியம் சென்னைப் பல்கலைக் கழகத்தில் பாடமாக இடம் பிடித்தது.

ஆனால் மேடையேறவில்லை.

சுந்தரனார் காலத்திற்குப் பிறகு சண்முகசுந்தர முதலியார் அதனை மேடையேற்றினார்.

1942 ஆம் ஆண்டு மனோன்மணியம் திரைப்படமாகவும் வெளிவந்தது.

மனோன்மணியம் நாடகத்தை எழுதி முடித்த நிலையில் தமிழன்னையிடம் முறையிடுகிறார் பேராசிரியர் சுந்தரம் பிள்ளை.

அடியேன் கடையேன் அறியாச் சிறியேன்
கொடுமலை யாளக் குடியிருப் புடையேன்
ஆயினும் நீயே தாயெனும் தன்மையின்
மேயபே ராசையென் மீக்கொள ஓர்வழி
உழைத்தலே தகுதியென் றிழைவிந் நாடகம்
வெள்ளிய தெளினும் விளங்குறின் களைக்காற்
ஒள்ளிய சிறுவிர லணியாக்
கொள்மதி யன்பெ குறியெனக் குறித்தே

'தெய்வத் தமிழாகிய உன்னைப் பெருமைப்படுத்தும் நோக்கில் உனது பழைய நூல்களை அச்சிட்டும், அழகு மிகுந்த நால்வகைப்

பாவால் புதிய நூல்களை இயற்றியும் பலர் தொண்டு புரிந்து வருகின்றனர்.

நீ பெற்ற புதல்வர்களுள் நான் கடைசியானவன். ஒன்றும் அறியாத சிறுவன்.

கொடுந் தமிழ்நாட்டு மலையாளப் பகுதியில் குடியிருந்து வருபவன்.

இருப்பினும் நீயே தாய் என்னும் நிலைத்துப் பொருந்திய பேராசை எனது உள்ளத்தில் தோன்றுகிறது.

இந்நாடகம் வளமற்றது என்றாலும் நின்காலில் சிறுவிரல் மோதிரமாக எனது அன்பின் அடையாளம் எனக் கருதி ஏற்றுக் கொள்க' என்பதுதான் இந்தப் பாயிரத்தின் பொருள்.

3

தமிழ் வளர்ச்சியில் சுந்தரனார்

தமிழ் மீது அதீத பற்றும் பாசமும் வைத்திருந்தார் பேராசிரியர் சுந்தரம் பிள்ளை. அவரது தமிழ்ப் பற்றை டாக்டர். அ. சிதம்பரநாதச் செட்டியார் விரிவாக எடுத்துரைத்துள்ளார்.

'திரு. சுந்தரம் பிள்ளை அவர்கள் தமிழ் மொழியினிடத்திலே மிக்க பற்றும் அன்பும் வைத்திருந்தவர் என்பது மனோன்மணியத்திற்குப் பாயிரமாக அமைந்த தமிழ்த்தாய் வணக்கத்தின் மூலம் அறிந்து கொள்ள முடிகிறது. தமிழ்த் தாயின் அடியாகத் தோன்றியவை கன்னடமும், களிதெலுங்கும், கவின் மலையாளமும், துளுவும் போன்ற மொழி கள் என்று அவர் மொழிந்துள்ளார். தமிழின் கன்னித் தன்மையையும்

சிறப்பினையும் மனம் திறந்து பாராட்டியுள்ளார். ஆரியம் இந்திய தேசத்திற்கு வருவதற்கு முன் தமிழே முதல் மொழியாக இந்தியா முழுவதும் பரவியிருந்தது என்று குறிப்பிட்டுள்ளார்'.

தமிழ் மீது அதிகமான அன்பும், நேசமும் கொண்டவராகத் திகழ்ந்தார் சுந்தரனார்.

மனோன்மணிய நாடகத்தில் நடுநாயகமாகத் திகழ்வது சிவகாமி சரிதம் என்னும் நூல். மனோன்மணியம் எழுதுவதற்கு முன்பே பேராசிரியரால் எழுதப்பட்டது.

மனோன்மணியம் நாடகத்தில் இந்நூலை மூன்றாம் அங்கம் மூன்றாம் களத்தில் இணைக்கிறார் சுந்தரனார். சைவ சமய இலக்கியங்களான தேவாரம், திருவாசகம், பெரிய புராணம், திருவிளையாடல் புராணம், திருவிசைப்பா, தாயுமானவர் பாடல்கள், நீதிநெறி விளக்கம், நீதிவெண்பா, பாடுதுறை, ஒழிவிலொடுக்கம் முதலிய நூல் கருத்துக்களை சைவசித்தாந்த விளக்கங்களுக்கு மேற்கோளாகக் காட்டுகிறார் சுந்தரம்பிள்ளை.

சிவகாமி சரிதத்தைச் 'சின்ன மனோன்மணியம்' என்று ஆய்வாளர்கள் குறிப்பிடுகின்றனர்.

திருவனந்தபுரத்தில் பொதுமக்களின் நன்மை கருதி சொற் பொழிவுகள் நடத்த திருவிதாங்கூர் அரசு ஏற்பாடு செய்திருந்தது. அங்கு தத்துவ சாஸ்திர சம்பந்தமாகப் பல சொற்பொழிவுகளை சுந்தரனார் நிகழ்த்தினார். சொற்பொழிவு சங்கத்தின் தலைவராகவும் அவர் பணியாற்றினார். இவர் நிகழ்த்திய சொற்பொழிவுகள் 'நூற்றொகை விளக்கம்' என்னும் பெயரில் 1888ஆம் ஆண்டு நூலாக வெளியிடப்பட்டது. அறிவுத்துறைகளைத் தற்கால விஞ்ஞான முறைக்கு ஏற்றவாறு பாகுபாடு செய்து வருவதே இந்நூலின் முக்கிய அம்சமாக இருந்தது.

தமிழில் கி.பி. ஒன்பதாம் நூற்றாண்டுக்கு முன் இலக்கியம் இல்லை என்றும், திருஞான சம்பந்தர் கி.பி. பன்னிரெண்டாம் நூற்றாண்டுக்குப் பிற்பட்டவர் என்றும் கால்டுவெல் எழுதினார்.

இதனை மறுத்து திருஞான சம்பந்தரின் காலம் கி.பி. ஏழாம் நூற்றாண்டு என்பதை சுந்தரனார் ஆதாரத்தோடு நிலை நாட்டினார். இதற்காக எழுதப்பட்ட நூல்தான் 'தமிழ் இலக்கிய வரலாற்றில் சில மைல் கற்கள்' ஆகும். 'திருஞான சம்பந்தரின் காலம்' என்று ஆங்கில வடிவில் நூலாக வெளிவந்தது. இது நூலாக வருவதற்கு முன் சென்னைக் கிறித்துவக் கல்லூரி இதழ்களில் 1891ஆம் ஆண்டில் கட்டுரைகளாக வெளிவந்தது.

காலடி சங்கராச்சாரியார் காலம் கி.பி. எட்டாம் நூற்றாண்டு என்பது முன்னரே ஒப்புக்கொள்ளப்பட்டிருந்தது. ஆதிசங்கரர் எழுதிய 'சௌந்தர்யலகரி' (அழகின் அலைகள்) என்னும் நூலில் 'திராவிட சிசு' என்று ஞானசம்பந்தரைக் குறிப்பிட்டிருப்பதை எடுத்துக்காட்டி ஆதிசங்கரருக்கு முற்பட்டவர் ஞானசம்பந்தர் என்பதை நிலைநாட்டினார்.

இந்நூலுக்கு ஆதாரமாக 'ஞானசம்பந்தர் தஞ்சாவூரைக் குறிப்பிடுகிறார், அதனால் அவர் காலம் பிந்தியது' என்ற வாதத்தை முன்வைத்தார்.

தஞ்சாவூர் என்பது கி.பி. எட்டாம் நூற்றாண்டு காலத்தில் தான் உருவாயிற்று. ஆனால் திருஞானசம்பந்தர் குறிப்பிடும் தஞ்சாவூர் நாகப்பட்டினத்திற்கு அருகிலுள்ள 'பொத்தைத் தஞ்சாவூர்' என்பதை சுந்தரம் பிள்ளை எடுத்துக்காட்டினார்.

இன்றைய தஞ்சை, மருக(ல்)நாட்டுத் தஞ்சை எனக் கருவூர்த் தேவரின் திருவிசைப்பா பாடல்களில் குறிப்பிடப்பட்டுள்ளது.

கோச்செங்கணான் என்ற சோழ அரசன், கும்பகோணத்திற்கு அருகில் வைகல் என்னுமிடத்தில் கோயில் கட்டியுள்ளதை திருஞானசம்பந்தர் குறிப்பிடுகிறார். எனவே அச்சோழன் காலத்தை உயர்ந்தபட்சக் கால எல்லையாகக் கொள்கிறார்.

கூன்பாண்டியன் இரண்டாயிரம் ஆண்டுகளுக்கு முன்னர் வாழ்ந்தவன் என்றும், அதுவே ஞானசம்பந்தர் வாழ்ந்த காலம் என்றும் சி.வை. தாமோதரம் பிள்ளை கூறியுள்ளார். ஆனால் ஞானசம்பந்தர் மடத்துத் தலைமை காலவரிசை ஆயிரத்து 500 ஆண்டுகளுக்குள் இருப்பதைச் சுட்டிக்காட்டி இதை பேராசிரியர் சுந்தரம் பிள்ளை மறுத்தார்.

கூன்பாண்டியன் காலத்தை டெய்லர் என்பவர் கி.பி. 1320ஆம் ஆண்டு என்று குறிப்பிடுகிறார்.

ஆனால் கால்டுவெல், நெல்சன், டாக்டர். இ. லேவேந்தல் ஆகியோர் கி.பி. 12ஆம் நூற்றாண்டு என்றே குறிப்பிடுகின்றனர். கூன்பாண்டியனின் மனைவி மங்கையர்க்கரசி கரிகால் சோழனின் தமக்கையார் என்றும், கூன்பாண்டியன் தஞ்சை, உறையூர் ஆகிய பகுதிகளை அழித்தவன் என்றும் நெல்சன் குறிப்பிடுகிறார்.

ஆனால் சுந்தரம் பிள்ளை இவை அனைத்தையும் உறுதியாக மறுத்துள்ளார்.

கூன்பாண்டியனின் இயற்பெயர் சுந்தரபாண்டியன் என்கிறார் கால்டுவெல். சுந்தரபாண்டியனை 'செந்திர்பாண்டியன்' என்றும், கி.பி. 1292ஆம் ஆண்டு ஆட்சி செய்தவன் என்றும் மார்க்கோபோலோ குறிப்பிட்டுள்ளார்.

இதையும் பேராசிரியர் சுந்தரம் பிள்ளை மறுக்கிறார். சம்பந்தர் காலத்து கூன்பாண்டியன் சுந்தரபாண்டியனா என்ற கேள்வியை முன்வைக்கிறார். கூன்பாண்டியனின் அமைச்சராகத் திகழ்ந்தவர் குலச்சிறையார் என்றும், அவனது ஆட்சி திருச்சிக்கு அப்பால் செல்லவில்லை என்றும் தனது ஆய்வின் மூலம் உறுதியாகக் கூறுகிறார் சுந்தரனார்.

கூன்பாண்டியன் என்பவன் 'நின்றசீர் நெடுமாறன்' என்றும், இப்பெயர் மாற்றம் சமஸ்கிருத மொழிச் செல்வாக்கால் ஏற்பட்டது என்றும் தெரிவித்துள்ளார்.

சம்பந்தர் குறிப்பிடும் சிவந்த கண்ணுடைய சோழ மன்னன் கோச்செங்கணான் (களவழி நாற்பதின் தலைவன்) கும்பகோணத் திற்கு அருகே வைகல் என்னும் இடத்தில் கட்டிய கோயில் பற்றிச் சம்பந்தர் குறிப்பிட்டுள்ளார் என்றும், எனவே சம்பந்தர் காலத்தை உணர்த்தும் உயர்ந்த பட்ச கால எல்லை இதுவே என்றும் இந்த விவாதத்திற்கு மிகப் பெரிய முற்றுப்புள்ளி வைக்கிறார் சுந்தரனார்.

பரஞ்சோதி என்னும் சிறுத்தொண்டர் என்ற அமைச்சர் குந்தள நாட்டுடன் போர் புரிந்து இரண்டாம் புலிகேசியை வென்று வாதாபியை கி.பி. 642ஆம் ஆண்டு அழித்தார்.

சிறுத்தொண்டரின் வேண்டுகோளுக்கு இணங்க 'செங் காட்டங்குடித் திருப்பதிகம்' பாடினார் ஞானசம்பந்தர்.

சிறுத்தொண்டரின் சொந்த ஊரான திருச்செங்காட்டங் குடிக்கு சம்பந்தர் வருகை தந்தது கி.பி. 640 முதல் 649ஆம் ஆண்டு களுக்கு இடைப்பட்ட பகுதி.

ஆக சிறுத்தொண்டர் காலமே சம்பந்தர் காலம் என்றும், அது கி.பி. 7ஆம் நூற்றாண்டின் நடுப்பகுதி என்றும் சுந்தரனார் தெளிவுபடுத்தியுள்ளார்.

இந்நூல் 1895ஆம் ஆண்டு நூல் வடிவம் பெற்றது. இது தென்னிந்திய வரலாற்று ஆராய்ச்சித் தலைவர் டாக்டர் இ. கூல்ச் என்பவருக்குக் காணிக்கையாக்கப்பட்டுள்ளது.

மேலும் திருச்சி டி.ஏ. சொசைட்டியினரால் 1909ஆம் ஆண்டு மார்ச் மாதம் இது மீண்டும் வெளியிடப்பட்டது.

1895ஆம் ஆண்டு மார்ச் மாதம் திருவனந்தபுரத்தில் சுந்தரம் பிள்ளையால் வெளியிடப்பட்ட இதன் முதல் பதிப்பு கிடைக்க வில்லை.

ஆங்கிலத்தில் வெறும் அறுபது பக்கங்கள் மட்டுமே இருந்தா லும், அதில் அடங்கியுள்ள கருத்துச் செறிவுகள் மிக அதிகம்.

சுந்தரம் பிள்ளையின் திருஞானசம்பந்தர் கால ஆராய்ச்சியில் சமூகவியல் அணுகுமுறையும், மூலப்படிவ அணுகுமுறையும் இருந்தது தெளிவாகத் தெரிகிறது.

திராவிட நாட்டில் வழங்கிவரும் கன்னடம், தெலுங்கு உள்ளிட்ட நான்கு மொழிகளும் தமிழ்த் தாயின் குழந்தைகள் என்று திட்டவட்டமாகக் கூறுகிறார் சுந்தரனார்.

இந்த உண்மையை ஏற்றுக்கொள்ள அம்மொழி பேசுவோர் தயங்கினாலும் தனது ஆய்வில் உறுதியாக இருந்தார் அவர்.

'கொடுமலையாளக் குடியிருப்புடையேன்' என்று தாம் வாழ்ந்த மலையாள நாட்டின் சிறப்பைக் கூறிய சுந்தரம் பிள்ளை, தமிழ் மொழி ஆய்வுக்கு மலையாள நாடு பயன்படும் பாங்கினையும் விளக்கிக் கூறியுள்ளார்.

தமிழில் வழங்கிவரும் பழமையான சொற்கள் சிலவற்றின் வேரும் பொருளும் தெரிந்து கொள்வதற்கு சில காலமாவது தமிழ் ஆய்வாளர்கள் மலையாள நாட்டில் குடியிருக்க வேண்டும் என்பது அவரது உறுதியான கருத்து.

திராவிடன் என்ற உணர்வோடு பிற மொழிகளின் மீது காழ்ப்புணர்ச்சி இல்லாமல் தமிழ் மொழியின் மீது அன்பு செலுத்தியவர் சுந்தரம் பிள்ளை.

மலையாளத்தை 'கவின் மலையாளம்' என்றும், 'தெலுங்கை 'களி தெலுங்கு' என்றும்தான் அவர் பெருமையோடு குறிப்பிட்டுள்ளார்.

பத்துப்பாட்டு பற்றிப் பொதுவாக எழுதப்பட்ட நூல் 'த டென் டமில் ஐடில்ஸ்' (The Ten Tamil Idylls - பத்து வாழ்க்கைச் சித்திரங்கள்) என்பது.

இதைத் தவிர, கிறிஸ்துவக் கல்லூரி இதழ்களில் ஹாப்ஸ் பற்றியும், பெந்தாம் பற்றியும், நம்பியாண்டார் நம்பியின் காலம் பற்றியும் எழுதியிருக்கிறார்.

நம்பியாண்டார் நம்பி விதிப்படி தமது குமரியைத் திருஞான சம்பந்த மூர்த்திகளுக்குக் கொடுத்தேன் என்று கோத்திர சூத்திரங்களைக் கூறிப் பிள்ளையார் திருக்கரத்தில் நீர் வார்த்தனர். பின்னர் பாணிக்கிரகண முகூர்த்தம் வந்த அளவின் மணமகளைப் பிள்ளையாரின் வலப்பக்கம் சேர்த்தனர்.

பிள்ளையார் திருக்கடி சூத்திரம் புனைந்து மந்திரத் தீவலம் செய்தனர். சிவமூர்த்தி எழுந்தருளியிருக்கும் பெருமணக் கோயிலை அடைந்தனர். 'நல்லூர்ப் பெருமணம்' என்னும் திருப்பாசுரத்தால் உமது திருவடி அடையும் தருணம் இது என்று விண்ணப்பித்தனர்.

அப்போது பெருமான், நீயும், இந்த மாதரும், இத்திருமணம் காணவந்தாரும் இச்சோதியுள் தோன்றும் பெருவழியில் சேர்க என்று அருட்சோதி உருவாகி இருந்தனர்.

பிள்ளையார், திருநீலநக்கர், நம்பியாண்டார் நம்பி, திருநீல கண்ட யாழ்ப்பாணர், திருமணம் காணவந்த கூட்டத்தினர் என்று அனைவரும் அருட்சோதியில் கலந்தனர். பின்னர் திருவருட்சோதி மறைந்தது.

இந்நிகழ்ச்சியானது திருஞானசம்பந்தரும், நம்பியாண்டார் நம்பியும் சம காலத்தவர் என்பதற்குச் சிறந்த ஆதாரமாகும்.

பத்து வாழ்க்கைச் சித்திரங்கள் என்ற நூலில், பத்துப்பாட்டில் உள்ள மூன்று பாடல்களான திருமுருகாற்றுப்படை, நெடுநல்வாடை, மதுரைக்காஞ்சி ஆகியவை நல்ல ஆங்கிலத்தில் சுந்தரம் பிள்ளையால் மொழிபெயர்க்கப்பட்டுள்ளது.

சாத்திர சங்கிரகம் என்னும் நூற்றொகை விளக்கம் 1888ஆம் ஆண்டு வெளியாயிற்று. எவ்விதம் சாத்திரங்களைப் பகுக்கலாம் என்பதை விளக்கும் நூல் இது.

'இது திருவிதாங்கோடு அரசாங்கத்தின் நூதன பிரசங்க ஏற்பாட்டின்படி, ஓர் உபந்யாசமாக எழுதப்பட்டு திருவனந்தபுரம் சர்வகலாசாலையில் வாசிக்கப்பட்டது' என்று முகவுரையில் சுந்தரனார் குறிப்பிட்டுள்ளார். தமிழ் உரைநடைக்கு இந்நூல் புதியதொரு பரிமாணத்தையும் வடிவத்தையும் தந்துள்ளது என்பதே உண்மை.

இந்நூல் எவ்வித மாற்றமும் இல்லாமல் 1936ஆம் ஆண்டு தென்னிந்திய சைவ சித்தாந்த நூற்பதிப்புக் கழகத்தாரால் இரண்டாம் பதிப்பாக வெளியிடப்பட்டது. இது 87 பக்கங்கள் கொண்டது.

இந்த நூலில், இவ்வுலக வாழ்க்கைக்கு மனிதனின் அறிவு வளர கணிதம், இரசாயனம், உயிரியல், உளநூல், வானவியல், சோதிடம், புவியியல், இலக்கணம், அறம், சிற்பம், கடற்பயணம், போர்க்கலை, மருத்துவம் என்று பல்வேறு துறைகளை அக்காலத்தில் வழங்கிய சொற்களைக் கொண்டு விளக்குகிறார்.

அன்றைய காலக்கட்டத்தில் வளர்ச்சி பெற்ற பல்துறை அறிவியல் துறைகளைப் பற்றிய விளக்கங்களைத் தொகுத்து வகுத்துத் தருவதில் இது ஒரு முன்னோடி நூல்.

இந்த நூல் பொதுவியலில் மொத்தம் 38 சூத்திரங்களைக் கொண்டது. அத்துடன் தெய்வ வணக்கம் என்னும் தலைப்பிலும், முடிவுரையாகவும் பாடல்கள் அமைந்து மொத்தம் 40 சூத்திரங்கள் உள்ளன. ஒவ்வொரு சூத்திரமும் ஒரு துறையைப் பற்றியது. இதில் பல புதிய கலைச்சொற்கள் எடுத்துக் கையாளப்பட்டுள்ளன.

'சுந்தரம் பிள்ளை இயற்றிய நூற்றொகை விளக்கம் என்னும் நூல் ஆங்கிலத்திலும் தமிழிலும் உள்ள நுண்ணூல்களைத் தொகுத்து வகுத்துக் காட்டுவது' என்கிறார் இலக்கிய வரலாற்று அறிஞர் கா.சு.பிள்ளை.

நூற்றொகை விளக்கத்தில் ஆங்கிலத்தில் உள்ள பல விஞ்ஞான சொற்களுக்குரிய தமிழ் மொழி பெயர்ப்புகளை இவர் தந்துள்ளார். வட சொற்களை விலக்கும் எண்ணமே அவரிடம் இல்லை என்பதாகத்தான் புரிந்துகொள்ள முடிகிறது. அறிவுப் பெருக்கம் ஒன்றை மட்டுமே நோக்கமாகக் கொண்டிருந்தார்.

தமிழின் வளர்ச்சிக்கும், தமிழ் மக்களது அறிவு வளர்ச்சிக்கும் என்னென்ன செய்ய வேண்டுமோ அவற்றை எல்லாம் செய்ததில் முன்னோடியாகத் திகழ்ந்தார் சுந்தரம் பிள்ளை.

இந்த நூற்பாக்கள் அனைத்திலும் உரைநடை வழி வெளிப்படும் பாங்கை நிரம்பவே காண முடிகிறது.

அறிவுப் பெருக்கம் ஒன்றையே குறிக்கோளாகக் கொண்டு ஆங்கிலத்தில் உள்ள பல அறிவியற் சொற்களுக்கும் வடமொழி கலந்த தமிழ் மொழி பெயர்ப்புச் சொற்கள் நூற்றொகை விளக்கம் சிறப்புடையதாக அமைந்துள்ளது.

'நூல்கள் என்றால் அவற்றுக்கு சரியான இலக்கணம் இருப்பது அவசியம். அவ்வாறு இல்லாமல், நூல் இலக்கணத்தைப் பற்றிச் சிறிதளவும் தெரியாமல் வெளியாகும் நூல்கள் அனைத்தும் போலி நூல்கள்' என்கிறார் பெ. சுந்தரம் பிள்ளை.

'பல போலி நூல்கள் பொது நூலாக பல நாடுகளிலும் நடிப்பதுண்டு. அட்சரமே தெரியாத சிலர் சாஸ்திரி என்ற பெயரைப் பெற்றிருப்பதைப்போல நூல் இலக்கணம் அமையாதவை வழக்கத்தில் நூல் என நடிப்பது உண்டு' என்றும் கூறியுள்ளார் சுந்தரனார்.

'நூல் இனங்களை வகுப்போர் போலி நூல்களை அடையாளம் கண்டு அவற்றை ஒழித்து உண்மையான நூல்களைக் கவனித்தல் நல்லது' என்றும் அறிவுறுத்தியுள்ளார்.

இதனைத் தமது நூற்றொகை விளக்கத்தில் பதினோறாவது நூற்பாவில் அழகுறப் புனைந்துள்ளார்.

'முதல்வழி சார்பென மூவகை பொது நூல்' என்று எழுதியுள்ளார்.

இந்நூலின் இருபத்து நான்காவது நூற்பாவில் உண்ணுதல் பற்றியும் விளக்கியுள்ளார்.

'உண்ணல் என்பது தன்மயப்படுத்துதல்' என்று அதில் அவர் குறிப்பிட்டுள்ளார். உயிர் செய்யும் தொழில் இரண்டு. அவற்றில் முதலாவது 'உண்ணுதல்'

மரமானது அதன் வேரால் மண்ணில் உள்ள சில பௌதீகங் களையும், இலை முதலியவற்றால் காற்றில் உள்ள சில பௌதிகங் களையும், தண்ணீரையும் உட்கொண்டு, தனக்குக் கிடைத்த அந்தந்தப் பொருளை, தனக்கு வேண்டிய பாகங்களாக மாற்றி, தன்மயமாகச் செய்து வளர்ச்சி அடைகிறது.

இவ்வாறு தன்மயப்படுத்துதற்கே 'உண்ணல்' என்று பெயர். எனவேதான் உண்ணுதல் என்பது உயிரின் முதல் தொழில் என்கிறார் சுந்தரம் பிள்ளை.

தாவர நூலாசிரியர் கூட இவ்வாறு தாவரங்களின் இயல்பை விளக்குவது கடினம் என்பதை இங்கே நாம் புரிந்துகொள்ள வேண்டும்.

வானியல் சோதிடக் கலையைப் பற்றியும் தெளிவான கருத்து கொண்டிருந்தவராகத் திகழ்ந்தார் மனோன்மணியம் சுந்தரனார்.

சோதிடம் பௌமியந் தொல்வியாகரண

மெனவழி நூற்குதாரணம் பலவுளவே

என்று பாடியுள்ளார்.

அதாவது, வானில் தோன்றும் நட்சத்திரம், கிரகம், சூரியன், சந்திரன், தூமகேது ஆகியவை அனைவருக்கும் வியப்பை ஏற்படுத்தும் ஒரு பதார்த்தமாகவே இருக்கிறது.

இவை என்னவிதமான தொழிலைச் செய்கின்றன என்பதை அறிவதற்காக ஆதிகாலம் தொட்டு மனித குலம் ஆராய்ந்து வருகிறது.

இவை அனைத்தும் பூமியைப் போன்றது கிடையாது என்று

எவ்வளவு காலம் நினைக்கிறோமோ, அதுவரை அவற்றை ஆய்வுக்கு அப்பாற்பட்டதாகவே வைத்திருக்கிறோம். அதனால் அவற்றின் குணங்களை ஆராயும் நூலையும் ஒரு முதன்மையான நூலாகவே அங்கீகரிக்க வேண்டிய கட்டாயத்தில் இருக்கிறோம்.

நம் நாட்டிலுள்ள சோதிட நூல்களில் பெரும்பான்மை சூரிய, சந்திரன் இருவரைத் தவிர மற்ற வான் பொருட்களைப் பஞ்சாங்கத்தைத் தவிர வேறு எந்தவிதத்திலும் அறியாமல் இருக்க நேரிட்டுள்ளது.

இதைப் பார்க்கும்போது நமது நாட்டின் நிலைமை கவலைக் குரியதாகவே இருக்கிறது என்று சங்கடத்தை இந்தப் பாடல் மூலம் அவர் வெளிப்படுத்தி உள்ளார்.

இந்த நூல் வெளிவந்த நேரத்தில் வேதியியல் அறிவியலால், 47 மூலகங்களைக் கண்டறிந்திருந்தனர். இவற்றுக்கு மூலம் கண்டுபிடிக்கும் முயற்சியும் மேற்கொள்ளப்பட்டிருந்தது.

பஞ்சபூதங்களும், பல மூலகங்களால் ஆனவை, தீ அடிப்படை யானது கிடையாது எனவும் அறியப்பட்டது. இப்பின்புலத்தில் தான் நீராவி, மின்சாரம் ஆகியவை கண்டறியப்பட்டன. சூரியக் குடும்பத்தையும், அது இயங்கும் விதிகளையும் கண்டறிந்தனர்.

அதே போன்று ஆய்வாளர்கள் பலரும் உலகின் பல்வேறு பகுதிகளுக்கும் பயணித்து புதிய புதிய உயிரினங்களைக் கண்டறிந்தனர். பல்வேறு மொழிகளும் கண்டறியப்பட்டு பயிலப்பட்டன. வடமொழி, தென்மொழி என வகுக்கப்பட்டதுடன் மொழியியல் என்னும் அறிவியல் துறையும் மலர்ந்தது.

உளநூல், தத்துவநூல், பயிற்சி வடிவமைந்தது. உள்ளம் வேறு, கடவுள் வேறு, என்னும் ஐரோப்பிய கருத்தியல் உலகெங்கும் பரவிற்று. இதனால் பிரம்மம், பரப்ரம்மம், கடவுள், பரம்பொருள் என்பன பற்றிய சந்தேகங்கள் தோன்றின.

எனவே மேலை நாட்டு இயலுக்கும், இந்திய நாட்டு இயலுக்கும் இடையே கருத்து மோதல் ஏற்பட்டதோடு இந்திய மாணவர்கள், இந்தியத் தத்துவக் கருத்துக்களை அப்படியே ஏற்றுக் கொள்ளத் தயங்கினார்கள்.

இது பற்றிய குறிப்புக்கள் நூற்றொகை விளக்கத்தில் காணக் கிடைக்கின்றன

பொதுநூல், மதநூல், கலைநூல் என்னும் மூன்றும் இணைந்து

இந்நூலில் ஒன்றாக அமைகின்றது.

நூற்றொகை விளக்கம் என்னும் இந்த நூல் சகாப்த முக்கியத்துவம் வாய்ந்தது என்பதே சத்தியமான உண்மை.

மனோன்மணியம் நாடகத்தை எழுதுவதற்கு முன்பே ஐம்பது பாக்கள் கொண்ட 'சிவகாமி சரிதம்' என்னும் செய்யுள் நூலை பெ. சுந்தரம் பிள்ளை இயற்றியுள்ளார்.

இது மனோன்மணியம் நாடக நூலில் கிளைக்கதை போன்று வாணி வீணை மீட்டி இசை பொழிந்து சரிதம் கூறும் காட்சியாக இணைக்கப்பட்டது.

இவரது தமிழறிவுக்கு முக்கிய முதலாக விளங்கியவர் சுந்தர சுவாமிகள்.

திருநெல்வேலி ம.தி.தா. இந்துக் கல்லூரியில் பணியாற்றிய போது சுந்தரம் என்ற சுந்தர சுவாமிகளின் தொடர்பு கிடைக்கப் பெற்றது. சிவநெறியை அன்பாலும், அருளாலும் திளைக்கச் செய்தவர் சுந்தர சுவாமிகள். ஒழுக்கத்தின் சிகரம் அவர்.

திருநெல்வேலியை அடுத்த கங்கைகொண்டான் என்னும் ஊரில் பிறந்த சுந்தர சுவாமிகள், தெய்வ அருள் பெற்றவராய் விளங்கினார். மெய்த் துறவு பெற்று 'சுந்தர சுவாமிகள்' என்று அழைக்கப்படலானார்.

தில்லை நடராஜப் பெருமானின் படத்தைத் தினமும் பூஜை செய்து அருள்பெற்று உய்யுமாறு நெல்லையம்பதியில் பரப்புரை செய்து வந்த சுந்தர சுவாமிகளின் உன்னத சீடராக மாறினார் மனோன்மணியம் சுந்தரனார்.

கோடகநல்லூர் சுந்தர சுவாமிகள் என்று அழைக்கப்பட்ட இவர் திவ்ய சரித்திரம் என்ற தனது நூலில் 'சுந்தரம் பிள்ளை சந்திப்பு' என்ற தலைப்பில் குறிப்பு ஒன்றை எழுதியுள்ளார்.

'ஒருநாள் மஹாஸந்நிதானமும் இஞ்சினியர் ஆபீஸ் ரைட்டர் காந்திமதிநாத பிள்ளை அவர்களும் மற்ற மாணாக்கர்களும் பஜனை மடத்தில் இருக்கும்போது திருஅனந்தபுரம் கலாசாலையில் தர்க்க சாஸ்திர பண்டிதரும், திருநெல்வேலி இந்து காலேஜ் தலைமை உபாத்தியாயருமான சுந்தரம் பிள்ளை என்பவர் மஹாஸந்நிதானத்திடம் சீடராகச் சேர்ந்து வேதாந்தத் தத்துவங் களை நன்கு கற்றார். நியாயம், வியாகரணம், பூர்வமீமாம்ஸை, ஸாங்கியம் ஆகிய சாஸ்திரங்களின் முடிபையும் ஒன்றாக விளக்கிய

கோடகநல்லூர் சுந்தர சுவாமிகள்

மஹாஸந்நிதானத்தின் பொன்மொழி கேட்ட பிள்ளை அதனை ஒரு புத்தகமாகத் தருமாறு வேண்டிக்கொண்டார். மஹாஸந்நிதான மும் அவர் கேட்டுக் கொண்டபடி அருளிச் செய்தார்' என்று அதில் குறிப்பிடப்பட்டுள்ளது.

பின்னர் சுந்தரம் பிள்ளை, தனது நண்பர் ஒருவருடன் சேர்ந்து தமது ஞானகுரு எழுதிய 'நிஜானந்த விலாசம்' நூலை

வெளியிட்டனர். அந் நூலின் ஒரு பகுதி இதுவே என்று அறியப் படுகிறது.

தமது ஞான குருவான சுந்தர சுவாமிகளின் நினைவாகத்தான் மனோன்மணியம் நூலில் பாண்டிய மன்னனின் குலகுருவான சுந்தர முனிவர் பாத்திரப் படைப்பு.

சுந்தர முனிவன் சிந்துர அடியும்
வாரிசம் போல மலர்ந்த வதனமும்
கருணை அலையெறிந் தொழுகும் கண்ணும்
பரிவுடன் முகிழ்க்கும் முறுவலும், பால்போல்
நரைதரு தலையும், புரையறும் உரையும்
சாந்தமும் தயையும் தங்கிய உடலும்
மாந்தளிர் வாட்டும் மேனி வாணி
எண்ணுந் தோறும், குதித்து
நண்ணும் என்னுளம் மன்னியதவத்தே

மனோன்மணியத்தில் வரும் இக் கவிதை வரிகள் சுந்தர சுவாமிகள் மீது சுந்தரனார் கொண்டிருந்த பற்றுக்கும், பாசத்துக்கும், நன்றி விசுவாசத்துக்கும் எடுத்துக்காட்டாகும்.

மனோன்மணியம் நாடகத்தில் சுந்தர முனிவர் கதாபாத்திரத் தில் அவரது ஞான குருவின் சாயல் படிந்து கிடப்பதை நாம் அறிய முடிகிறது.

கோடகநல்லூர் சுந்தர சுவாமிகளோடு தமிழ்த் தாத்தா உ.வே.சாவுக்கும் நெருங்கிய தொடர்பு உண்டு.

‘சுந்தர சுவாமிகள் அதிவர்ணாசிரமம் பூண்ட துறவி. வேதாந்த கிரந்தங்களிலும், சிவபுராணங்களிலும் தேர்ந்த அறிவுள்ளவர். சூதசம்ஹிதையை அங்கங்கே விரிவாகப் பிரசங்கம் செய்து பலரது உள்ளத்தில் சிவ பக்தியை விதைத்த பெரியார். அனைத்து வகுப்பிலும் அவருக்கு சீடர்கள் பலர் உண்டு’ என்று தமது ‘என் சரித்திரம்’ என்னும் நூலில் குறிப்பிட்டுள்ளார் உ.வே.சா.

வேதாந்தக் கருத்துக்களைத் தமது உள்ளத்தில் விதைத்த சுந்தர சுவாமிகளின் நட்பு கிடைத்த பிறகு தினமும் தேவாரம் முதலிய நூல்களை ஓதி வழிபாடு செய்த பிறகே உணவருந்தும் வழக்கத்தை

சுந்தரம் பிள்ளை மேற்கொண்டார்.

சுவாமி விவேகானந்தரிடமே, தமக்கும் இந்து சமயத்துக்கும் சம்பந்தம் இல்லை என்றும், தான் ஒரு திராவிடன் என்றும் இன உணர்வுடன் கூறிய மனோன்மணியம் சுந்தரனார், ஆன்மீகத்தில் ஆழ்ந்த சிந்தனை உடையவராக மாறுவதற்கு முக்கிய காரணகர்த்தா சுந்தர சுவாமிகளே.

திராவிட இன உணர்வுக்கு வித்திட்டவர் என்றால் அது சுந்தரம் பிள்ளை மட்டுமே. திராவிட இயக்கத்தை அறிஞர் அண்ணா தொடங்குவதற்கு மூலகாரணமாக விளங்கியவர் மனோன்மணியம் சுந்தரனார்தான்.

மனோன்மணியம் நூலின் முகவுரையில் ‘குரு சுந்தர சரணாலயம்’ என்றே முடிக்கிறார் சுந்தரனார். அவரது குரு பக்திக்கு இது ஒன்றே சரியான சிறந்த எடுத்துக்காட்டு.

திருநெல்வேலியில் வாழ்ந்த காலத்தில் சுந்தரம் பிள்ளையின் கண்கண்ட தெய்வமான அவரது அன்னையார் காலமானார். அந்த இழப்பு அவர் இதயத்தைத் தாங்கவே முடியாத வேதனையில் அழுத்தியது.

பெற்றோரிடம் பேரன்பு செலுத்திவந்த சுந்தரனார், தாயின் மறைவிற்குப் பிறகு தமது தந்தைக்கு ஒரு குறையும் நேராதவாறு பேணிக் காத்தார். ‘தந்தை சொல்மிக்க மந்திரமில்லை’ என்பதற்கு ஏற்றவாறு தமது தொழிலில் கிடைத்த ஊதியத்தைத் தந்தையிடமே கொடுத்துவிடுவார். தமது செலவுக்குத் தேவையான பணத்தை தந்தையிடமே பெற்றும் வந்தார்.

அந்த அளவிற்கு பெற்றோரிடமும் பக்தி கொண்டவராகவே விளங்கினார் பெ. சுந்தரம் பிள்ளை.

4

கல்வெட்டு ஆராய்ச்சி

மனோன்மணியம் சுந்தரனாரின் தீவிரமான ஆர்வத்தை அறிந்து கொண்ட திருவிதாங்கூர் அரசு 'கல்வெட்டுத் துறை'யை 1896ஆம் ஆண்டு தொடங்கியது. ஏனென்றால் சுமார் ஐந்தாண்டுகளாக கல்வெட்டுக்களை ஆராய்ச்சி செய்து திருவிதாங்கூர் மன்னர்களின் மரபுகளைப் பற்றி தகவல்கள் சேகரித்து எழுதினார்.

கேரளாவின் வர்க்கலையில் உள்ள குகைப் பாதையைச் செப்பனிட்டபோது அங்கிருந்து கல்வெட்டு நிரம்பிய இரண்டு கற்சிலைகள் கிடைத்தன. அதனை ஆய்வு செய்து ஏராளமான வரலாற்று உண்மை களை வெளிக்கொணர்ந்தார்.

இந்த உண்மையை திருவிதாங்கூரில் வசித்துவந்த தூதுவர் மூலமாக அறிந்த

ஆங்கிலேய அரசு, மாதம் பதினாயிரம் ரூபாயை சுந்தரம் பிள்ளைக்குப் பரிசாக அளிக்குமாறு ஆணை பிறப்பித்தது. ஆனால் அந்தப் பரிசுத் தொகை முழுவதையும் திருவனந்தபுரம் பத்மநாப சுவாமி கோயிலுக்கு நன்கொடையாக வழங்கிவிட்டார் மனோன்மணியம் சுந்தரம் பிள்ளை.

கல்வெட்டு ஆய்வில் அவருக்கிருந்த மகத்தான ஆர்வத்தையும், ஆற்றலையும் உணர்ந்துதான் கல்வெட்டுத் துறை அமைக்கப்பட்டு அதற்கு முதன்மையாளர் பொறுப்பும் வழங்கப்பட்டது. கல்லூரிப் பேராசிரியர் பணியோடு இந்தப் பணியையும் ஆற்றி வந்தார். டி.எஸ். கணேச பிள்ளை என்பவர் சுந்தரம் பிள்ளைக்கு துணை அலுவலராகப் பணியாற்றினார்.

பழமையான, அதே நேரத்தில் பாழடைந்து கிடந்த கோயில்களில் கவனிப்பாரற்றுக் கிடந்த கல்வெட்டுக்களைத் தமது பொருட் செலவிலேயே ஆராய்ச்சி செய்ய முற்பட்டார்.

கல்லூரி விடுமுறை நாட்களில் கோயில்களுக்குச் சென்று இறைவழிபாட்டுடன் அங்குள்ள கல்வெட்டுக்களையும் ஆராய்ந்து குறிப்புகள் எடுத்துக்கொண்டார். இவரது அரும்பெரும் முயற்சிக்கு ஆங்காங்கே உள்ள தமிழ் அறிஞர்கள் மற்றும் ஆய்வு வல்லுநர்கள் பெரிதும் உதவிகளைச் செய்தனர்.

சிதைந்து கிடக்கும் ஆரல்வாய்மொழி கோட்டை

தோவாளை வட்டம் ஆரல்வாய்மொழி கோட்டை அல்லது கரைக்கோட்டை அருகே ஒரு கல்வெட்டைக் கண்டெடுத்தார். இந்த கல்வெட்டு 17 வரிகளைக் கொண்டது.

விழிஞ்ஞும் என்னும் இடத்தில் இருந்து புறப்பட்டு வந்த சேரப் படையெடுப்பை கரைக்கோட்டையில் எதிர்த்துப் போராடி வீரமரணம் அடைந்த இரணகீர்த்திக்கு மாறஞ்சடையன் என்ற பாண்டிய மன்னன் நட்ட நடுகல் ஆகும்.

இதன் காலம் கி.பி.792 ஆம் ஆண்டு.

கன்னியாகுமரி வரலாற்றில் இது ஒரு முக்கியமான சான்றாகும்.

சுந்தரனாருக்கு முன் கேரள வரலாற்றை எழுதிய மலையாளிகள் கொக்கசந்தேசம், கேரள மகாத்மியம், கேரளோப்பத்தி ஆகிய நூல்களைப் பின்பற்றி பரசுராமன் மழு எறிந்து உருவான நாடு என்ற புராணத்தையே பாடினார்கள்.

ஆனால் பேராசிரியர் சுந்தரம் பிள்ளை நாஞ்சில் நாட்டு மன்னர்கள் வரலாற்றை ஆராய்ந்து 'திருவிதாங்கூர் பண்டைய வரலாறு' என்ற நூலை எழுதினார்.

சங்ககாலத்தில் சேரர்களும், 9ஆம் நூற்றாண்டு வரை ஆய்மன்னர்களும், அதன்பிறகு சோழரும் பாண்டியரும், அதன் பின்னர் வேனாட்டு அரசரும் ஆண்டதாக வரலாற்று ரீதியான நூலை எழுதினார்.

இதன் கடைசிக் கட்டுரையான 'Miscellaneous Travancore Inscriptions' (மிஸ்ஸலேனியஸ் திருவிதாங்கூர் இன்ஸ்கிரிப்ஷன்ஸ்) 18 கல்வெட்டுக்களைப் பற்றி விவரிக்கிறது.

இதில் 14 கல்வெட்டுக்கள் தமிழ் கல்வெட்டுக்கள். அதில் 9 வட்டெழுத்து வடிவத்தால் ஆனது.

3 ஆங்கிலத்தில் உள்ளன.

ஒரு மலையாளக் கல்வெட்டும் உள்ளது.

திருஞானசம்பந்தரின் காலத்தை 'The age of Thirugnana sambandha a question of south indian archaeology' என்ற கட்டுரையில் சரியாகக் கணித்து சொன்னவர் சுந்தரனாரே.

பல வரலாற்று மாந்தர்கள் வாழ்ந்த காலத்தைச் சரியாகக் கணித்து சொல்லி தமிழ் வரலாறு ஓரளவு தெளிவடைய உதவியாக இருந்துள்ளார் என்பது பாராட்டியே ஆக வேண்டிய உண்மை.

கொல்லம் என்ற மலையாள ஆண்டுக்கணக்கு பற்றிய ஆராய்ச்சிக் கட்டுரையில் 'கொல்லம் ஆண்டு' என்பது முன்பே தென்தமிழகத்தில் பயன்படுத்தப்பட்டுள்ளது என்பதைத் தெளிவு படுத்தியுள்ளார்.

அதில் சேரமான் இஸ்லாம் மதத்திற்கு மாறியதும் கற்பனைக் கதை என்று கூறுகிறார்.

சுந்தரனார் பத்துப்பாட்டையும் ஆய்வு செய்து 'The tamilian antiquary' என்ற கட்டுரை எழுதியுள்ளார்.

இதில் நக்கீரர் காலத்தை ஆய்வு செய்து 'நெடுநெல்வாடை' எழுதிய நக்கீரர், 'திருமுருகாற்றுப்படை' எழுதிய நக்கீரருக்கு ஒரு நூற்றாண்டு மூத்தவர் என்பதை ஆதாரத்தோடு விளக்குகிறார்.

திருமுருகாற்றுப்படை, நெடுநெல்வாடை, மதுரைக்காஞ்சி ஆகிய மூன்றையும் ஆங்கிலத்தில் மொழிபெயர்த்துள்ளார்.

அதேபோல The date of Nambi andar nambi என்ற கட்டுரையில் பன்னிரு திருமுறைகளைத் தொகுத்த நம்பியாண்டார் நம்பி முதலாம் இராஜராஜன் காலத்தைச் சேர்ந்தவர் என்பதை விளக்குகிறார்.

"தத்தா நமரே காண்" என்ற வாசகத்தைச் சான்றாக்குகிறார்.

இராமாயணத்தில் சாதி பற்றி ஆய்வு செய்தார். ஆனால் அவர் காலத்தில் அது வெளிவரவில்லை.

அவரது குறிப்புகளை பெற்றுக்கொண்ட வெள்ளக்கால் சுப்பிரமணிய முதலியார் 'இராமாயண உள்ளுறை பொருளும் தென்னிந்திய சாதி வரலாறும்' என்ற தலைப்பில் கட்டுரை எழுதினார். கவிதைகளும் பல எழுதியுள்ளார்.

ஒரு நற்றாயின் புலம்பல், பொதுப்பள்ளி எழுச்சி, அன்பின் அகநிலை, கணபதி ஆச்சாரியருக்கு எழுதிய மடல் போன்றவை குறிப்பிடத்தகுந்தன.

வேனாட்டு மன்னர்களான சர்வாங்கநாத ஆதித்தவர்மன், கீழப் பேரூர் ஸ்ரீவீரகேரள மார்த்தாண்ட திருவடி, ஸ்ரீவீரராம மார்த்தாண்ட வர்மா, கேரளவர்மா குலசேகரப் பெருமாள் ஆகியோர் பற்றிய வரலாற்றுத் தகவல்கள், அவர்கள் ஆட்சி செய்த காலம் போன்றவற்றை கல்வெட்டுக்கள் மூலமாக வெளிக் கொண்டு வந்தார்.

சுந்தரம் பிள்ளை எழுதிய 'திருவிதாங்கூர் பழைய மன்னர் வரலாறு' (Some Early Sovereigns of Travancore) என்னும் வரலாற்று ஆய்வு நூலை அடிப்படையாக வைத்து இரண்டு நூற்றாண்டுகள் திருவிதாங்கூரை ஆட்சி செய்த மன்னர்களின் பட்டியலை திருவிதாங்கூர் தொல்பொருள் ஆய்வுத்துறை வெளியிட்டது.

திருவிதாங்கூர் பழைய மன்னர் வரலாறு நூல் 140 பக்கங்கள் கொண்ட ஆங்கிலத்தில் எழுதப்பட்ட நூல். இந்நூலுக்கான ஆசிரியர் உரையை மனோன்மணியம் சுந்தரம் பிள்ளை 1894ஆம் ஆண்டு எழுதினார்.

அதில், 1894ஆம் ஆண்டு மார்ச் 24, மார்ச், 31 மற்றும் ஏப்ரல் 7 ஆகிய நாட்களில் தொல்லியல் ஆய்வு பற்றிச் சொற்பொழிவு ஆற்றுவதற்கு அனுமதி தந்த அரசுக்கு நன்றி தெரிவித்துள்ளார்.

அத்துடன் கல்வெட்டியல் என்பது நடைமுறை அறிவியலுக்கு ஓர் இன்றியமையாத துணைவனாக இருக்கிறது என்ற உண்மையை யும் புலப்படுத்தியுள்ளார்.

இந்நூலில், ஆரிய நாகரிகம், ஆரியருக்கு முற்பட்ட நாகரிகம் ஆகியவை இணைந்த ஒவ்வொரு நிலைப்பாட்டையும் காண முடிகிறது. பல்வேறு திருமண முறைகள் தோன்றியதைப் பற்றியும் இந்நூலில் தெரிந்து கொள்ள முடிகிறது.

1894ஆம் ஆண்டு திருவிதாங்கூர் அரசு வெளியிட்ட பஞ்சாங் கத்தைத் தமது ஆய்வுக்குப் பயன்படுத்தியுள்ளார். எனினும் அதில் 35 மன்னர்களின் பெயர்கள் பட்டியலிட்டுக் காட்டப்பட்டுள்ளன என்றாலும் அவர்களைப் பற்றிய துல்லியமான விவரங்கள் ஏதும் இல்லை.

உவா நாடு, வேனாடு என்பவை திருவிதாங்கூரைச் சுட்டிக் காட்டுகின்றன. மூத்த ராஜா என்றும், மூத்த தம்பிரான் என்றும் குறிப்பிடப்பட்டுள்ளன. அதாவது மன்னர் குடும்பத்தில் உள்ள வயதில் மூத்தவர்கள் இவ்வாறு அழைக்கப்பட்டுள்ளனர்.

'கல்வி வேகமாக வளர்ந்து வருவதால் தொன்மையான பாரம்பரியமிக்க நம்பிக்கைகள், முறைகள், பழக்க வழக்கங்கள் மாறு படுகின்றன. எனவே இனிமேலும் நம் நாட்டின் வரலாற்றைச் சரியாக எழுதவில்லை என்றால் தொன்மைச் சான்றுகள் அனைத்தும் அழிந்துவிடக்கூடும்' என்ற ஆதங்கத்தை சுந்தரனார் வெளிப்படுத்தியுள்ளார்.

பதினைந்து கல்வெட்டு ஆதாரங்களை அடிப்படையாகக் கொண்டு மலபாரின் நான்கு, ஐந்து நூற்றாண்டுகளில் வாழ்ந்த ஒன்பது மன்னர்களைப் பற்றி இந்நூலில் கூறியுள்ளார்.

வீரகேரள வர்மா என்ற மன்னர் 301 முதல் 319ஆம் ஆண்டு வரை ஆட்சி செய்ததாகவும், வீரரவி வர்மா என்னும் அரசர் 336 முதல் 342ஆம் ஆண்டு வரை ஆட்சி செய்ததாகவும் குறிப்பிட்டுள்ளார்.

வீரஉதய மார்த்தாண்ட வர்மாவின் ஆட்சிக் காலம் 348 ஆம் ஆண்டு என்றும், ஆதித்யராம வர்மாவின் ஆட்சிக் காலம் 365 ஆம் ஆண்டு என்றும் தெரிவித்துள்ளார்.

வீரராம வர்மாவின் ஆட்சி 371ஆம் ஆண்டு என்றும், வீரராமன் கேரள வர்மாவின் ஆட்சிக் காலம் 384 முதல் 389ஆம் ஆண்டு வரை என்றும் நூலில் கூறியுள்ளார்.

வீரரவி கேரள வர்மன் காலம் 410ஆம் ஆண்டு என்றும், வீர பத்மநாப மார்த்தாண்ட வர்மாவின் காலம் 427ஆம் ஆண்டு என்றும் தெரிவிக்கப்பட்டுள்ளது.

இரண்டாம் உதய மார்த்தாண்ட வர்மா அல்லது வீரபாண்டிய தேவா ஆட்சிக் காலம் 491ஆம் ஆண்டு என்றும் சுந்தரம் பிள்ளை அந்நூலில் குறிப்பிட்டுள்ளார்.

தொல்லியல் துறையினரின் ஆய்வில் கூடுதலாக கோதைக் கேரள வர்மன் என்னும் மன்னர் 320 முதல் 326ஆம் ஆண்டு வரை ஆட்சி செய்தார் என்றும், இரவிவர்மன் குலசேகரன் என்னும் அரசர் 474ஆம் ஆண்டு ஆட்சி செய்ததாகவும் தெரிவிக்கப்பட்டுள்ளது.

ஆறாம் மலபார் நூற்றாண்டின் மன்னர்களைப் பற்றிக் கூறும்போது அரச குடும்பத்துடன் தொடர்புடைய நான்கு கல்வெட்டுக்கள் பற்றி சுந்தரனார் விளக்கியுள்ளார்.

திருவனந்தபுரத்தில் இருந்து கிடைத்த ஆதித்யவர்மா பற்றிய இரு கல்வெட்டுக்களும், பத்மநாபபுரத்தில் இருந்து கிடைத்த வீரகேரள மார்த்தாண்ட வர்மா பற்றிய கல்வெட்டுக்களும் இதற்கு துணையாக இருக்கின்றன.

மலபார் ஆண்டு என்பது கொல்லம் ஆண்டாகும். இந்த ஆண்டு மலபார், திருவிதாங்கூர் பகுதிகளில் வெவ்வேறு காலக் கட்டங்களில் தொடங்குகின்றன.

இதனைப் பற்றியும் சுந்தரனார் விரிவாக ஆய்வு செய்துள்ளார்.

கொல்லம் ஆண்டு என்பது பரசுராமனின் சுழற்சி என்கிறார் பிரின்சப் என்பவர்.

கொல்லம் ஆண்டு தென் தமிழ்நாடு மற்றும் திருவிதாங்கூர்ப் பகுதிகளில் மட்டுமே வழக்கில் உள்ளது என்கிறார் பர்னல் என்பவர்.

அக்காலத்தில் வானவியலில் தோன்றிய மாறுதல்களே இக்காலத் தொடக்கத்தைப் பற்றிய மாறுபட்ட காலத்திற்குக் காரணமென கொல்லம் ஆண்டு பற்றி சுந்தரம் பிள்ளை கூறுகிறார்.

பேராசிரியர் சுந்தரம் பிள்ளை கடுமையாகப் போராடி, முயற்சிகள் செய்து, உழைத்துத் தேடிக் கண்டுபிடித்த கல்வெட்டுக்களைப் பற்றி நாம் பார்க்கலாம்.

நாகர்கோவில் ஒழுகினசேரிக்கு அருகே அமைந்துள்ள ராஜேந்திர சோழீச்வரர் கோயிலின் மேற்குச் சுவற்றில் உள்ள கல்வெட்டு வாக்கியம் என்ன தெரியுமா?

கேரள சிங்கப் பல்லவரையனும், காரியமாக கோட்டாறான மும்முடி சோழநல்லூர் இராஜேந்திர சோழஈசுவரமுடைய மஹா தேவர்க்கு மந்திர போனகம் அமுதுசெய்தருள் நித்தம் அரிசி நாழியும் கறியமுது நெய்யமுதுந் தயிரமுத, அடைக்காயமுது இலையமுதுக்கும் திருநொந்தாவிளக்கு ஒன்றுக்கும் மும் முடிசோழ நல்லுறப்பால் வடசேரியில் இத்தேவர் தேவதானம் கொள்ளுங் கடமை நெல்லுங்காசும் துங் கொண்டு இத்தேவற்கு இந்நிமந்தம் சந்திராதித்தவற் செல்வதாகப் பெலிக் கல்லினில் நீர்வார்த்து கல் வெட்டு வித்துக்குடுத்தோம்

என்று கல்வெட்டில் பொறிக்கப்பட்டுள்ளது.

இதேபோல புரவரவல் ஆழ்வார்கோயில் தென்புறச் சுவரில் ஒரு கல்வெட்டும் அமைந்துள்ளது.

கடுமையான தமிழ்நடையில் அது அமைந்துள்ளது.

திருவட்டாறு ஆதிகேசவப் பெருமாள் கோயில் தென்புறச் சுவரில் அமைந்துள்ள கல்வெட்டு பழைய மலையாளத்தில் அமைந்துள்ளது.

அதில் காணப்படும் வாசகம் கவனிக்கத்தக்கது.

ஸ்ரீவீர உதைய மார்த்தாண்ட வர்ம திருவடி திருவட்டாற்று பள்ளி கொண்டருளின்ற பெருமாள்கு நியதிப்படி முட்டாச்சிலவரி ஆதிச்சனுதைய்யன்னனுந் தம்பிமாற்கும்வுள்ள நிலம் செரியகறைக் கூட்டிய பெறையும் மரத்தறை நிலம்கூட...

என்பதான வாசகம் அதில் பொறிக்கப்பட்டுள்ளது.

இந்தக் கல்வெட்டுக்களின் ஆய்விலும், வேறு பல கால ஆய்விலும் தான் கூறிய கருத்தை அனைவரும் ஏற்றுக்கொள்ள வேண்டும் என்று பேராசிரியர் பெ. சுந்தரம் பிள்ளை எந்த இடத்திலும் வற்புறுத்தவே இல்லை.

'இது என் முடிவு. இதை மற்றவர்கள் மேலும் ஆராய்ந்தால் அப்போது புது முடிவுகளும் வரலாம். அதை அப்போது இருப்பவர் கள் ஆராய்ந்து பார்க்கட்டும்' என்று கூறியுள்ளார்.

ஒரு ஆய்வாளருக்கு இருக்க வேண்டிய பண்புடன்தான் சுந்தரம் பிள்ளை தன் ஆய்வுத் தகவல்களை வெளியிட்டுள்ளார்.

திருவிதாங்கூர் வரலாற்றை ஆராய வேண்டும் என்ற ஆவலில் திருவிதாங்கூரை ஆட்சி செய்த மன்னர்கள் சிலரைப் பற்றிய கல்வெட்டுக்கள் மற்றும் சுவடிகளை நன்கு ஆழ்ந்து ஆய்வு செய்வதற்காகத் தினமும் குறைந்தது பத்து மணி நேரமாவது இவ்வாறான ஆராய்ச்சியை மேற்கொண்டார்.

இதுதொடர்பாக நிறைய ஆங்கில ஆய்வுக் கட்டுரைகளை வெளியிட்டார்.

கடின, சலிக்காத உழைப்பு. எடுத்த காரியத்தை முடிக்காமல் விடவே மாட்டார். அதனால் எத்தனை துயர் வந்தாலும் தாங்கிக் கொள்வார்.

கல்வெட்டு ஆய்விற்காக பெங்களூரு சென்றிருந்தபோது உடல் நலக் குறைவு ஏற்பட்டது.

மருத்துவமனையில் அனுமதிக்கப்பட்டு தீவிர சிகிச்சை அளிக்கப்பட்டது. ஒருவாறு குணமும் அடைந்தார்.

அப்போது டாக்டர் ஹார்விக்கு கடிதம் ஒன்றை எழுதினார். 'லட்சியத்தின் வெற்றிக்காக நான் மிக வருந்தித் தேடியெடுத்த நிதிக் குவியல்களின் அடிப்படையில் சில நூல்கள் எழுத ஆசைப்படு கிறேன். அதற்காக இன்னும் ஓரிரு ஆண்டுகளாவது இறைவன் எனக்கு வாழ்வு தரட்டும்' என்று கடமை உணர்ச்சியோடு தொடர்ந்து உயிர் வாழ விரும்பினார்.

திருவட்டாறு ஆதிகேசவப் பெருமாள் கோயில்

தென்னிந்திய வரலாறும் தமிழ் இலக்கிய வரலாறும் சான்றுகள் நிறைந்த நூல் வடிவில் வெளிக் கொண்டுவர ஆசைப் பட்டார். அதற்காகக் கடுமையாக உழைத்தார்.

பல வரலாற்று நூல்களைத் தேடிப் பிடித்து படித்தார். கோயில் சுவர்களிலும் கல் தூண்களிலும் சிலைகளிலும் உள்ள சாசனங்களை எல்லாம் எழுத்துருவாகத் தொகுத்து அதன் உண்மைத் தன்மையைக் காண முயன்றார்.

மறைந்தும் புதைந்தும் கிடந்த கல்வெட்டுக்களை எல்லாம் தீவிரமாக ஆய்வு செய்தார்.

இதனால் உறக்கத்தை இழக்க நேரிட்டது. ஊர்ஊராக ஒரே அலைச்சல் வேறு. இடைவெளி சற்றும் கிட்டாத கடுமையான உழைப்பு. ஓய்வே இல்லாத ஓயாத கடமை உணர்வு.

அவர் மனதில் ஆர்வம் அதிகம். ஆனால் அதைச் செயல்படுத்த அவரது உடல் ஒத்துழைக்க மறுத்தது. அவரது உழைப்பு இதனால் அவ்வப்போது தடைப்பட்டது.

இது தொடர்பாக உ.வே..சாவிற்குக் கடிதம் ஒன்றை எழுதினார் மனோன்மணியம் சுந்தரம் பிள்ளை.

‘நம்மனையர் தேக நிலையைக் கருதும்போது இருதலைக் கொள்ளியினுள் எறும்பு என்றே உண்மையாய் எண்ண வேண்டியதாக இருக்கிறது. உழைத்தால் சரீர உபாதை அடைய நேரிடுகிறது. உழைக்காவிட்டால் சரீரம் இருந்தும் பயன் என்ன என்ற சோகம் ஏற்படுகிறது. என்ன செய்வது? கடவுள் இச்சைபோல நடக்கட்டும்’ என்று எழுதியிருந்தார்.

அவரது உடல் வலிமை நாளுக்கு நாள் குறையத் தொடங்கியது. தளர்ச்சி நிலை மாறவே இல்லை. மருத்துவர்களின் மேலான ஆலோசனைக்கேற்ப உதகமண்டலம் சென்று ஓய்வெடுக்கத் தீர்மானித்தார்.

திருவனந்தபுரத்தில் இருந்து நாகர்கோவில் வழியே திருநெல் வேலி சென்று அங்கிருந்து குற்றாலத்தில் சிலநாட்கள் தங்கிவிட்டு உதகமண்டலம் செல்வதே அவர் திட்டம்.

அன்றைய காலக்கட்டத்தில் போக்குவரத்து வசதிகள் மிகமிகக் குறைவு. காளை மாட்டு வண்டிதான்.

1897ஆம் ஆண்டு மார்ச் மாத இறுதிவாக்கில் திருவனந்தபுரத் தில் இருந்து மாட்டு வண்டியில் நாகர்கோவில் சென்று தங்கி, பின்னர் அங்கிருந்து திருநெல்வேலி வழியாக குற்றாலம் சென்றார்.

ஓய்வெடுக்கத்தான் சென்றார். ஆனாலும் கூடவே தனது ஆய்வுக்குரிய புத்தகங்கள் மற்றும் சுவடிகளையும் கொண்டு சென்றார்.

திருநெல்வேலியை அடைந்ததுமே நீரிழிவு நோயின் தாக்கம் சற்று தீவிரமாகியது. குற்றாலத்தை அடைந்ததும் அவரது கழுத்தில் இருந்த பிளவை (புற்று) தாங்க முடியாத வலியை ஏற்படுத்தியது.

இதனால் உடல்நிலை மேலும் தளர்வடைந்தது. உதகமண்டலம் செல்வது என்பது நடக்காத ஒன்று என்பதை உணர முடிந்தது. எனவே மீண்டும் திருவனந்தபுரத்திற்குத் திரும்பிச் செல்வது என்று முடிவெடுத்தார்.

இதனையறிந்த மன்னர் மூலம் திருநாள், உடனடியாக அவரைத் திருவனந்தபுரம் அழைத்து வருவதற்கான அனைத்து ஏற்பாடுகளையும் செய்தார்.

திருவனந்தபுரம் சென்ற சுந்தரம் பிள்ளைக்கு டாக்டர் புன்னன் என்பவர் சிகிச்சை அளித்தார். குணம் கிடைத்தது. ஆனாலும் அவரது உடல் தளர்வில் இருந்து விடுதலை பெறவே இல்லை.

சுந்தரனாரின் உடல்நிலையைப் பற்றி அடிக்கடி கேட்டுத் தெரிந்துகொண்ட மன்னர் மூலம் திருநாள், நாள் முழுவதும் அவர் அருகிலேயே இருந்து சிகிச்சை அளிக்குமாறு டாக்டர் புன்னனுக்கு ஆணையிட்டார்.

1897ஆம் ஆண்டு ஏப்ரல் மாதம் 14ஆம் தேதி மாலையில் கடுமையான காய்ச்சல் அவரைத் தாக்கியது. அடிக்கடி நினைவை இழந்தார். கடைசியாகத் தமது தொடையைத் தட்டிக் கொண்டு, 'இப்பகுதி தொல் பொருளுக்காகப் பதிவு செய்யப்பட்டிருக்கிறது' என்றார்.

அவ்வளவுதான்.

அப்புறம் அவரது நினைவாற்றலை முற்றிலுமாக இழந்தார். ஒருவித மயக்க நிலையை அடைந்தார்.

சுற்றிலும் கூடியிருந்தோர் இறுக்கமான அமைதி காத்தனர். அவரது திரு முகத்தையே பார்த்துக் கொண்டிருந்தனர்.

1897ஆம் ஆண்டு ஏப்ரல் மாதம் 26ஆம் நாளன்று தமது 42வது வயதில் உலக வாழ்வை நீத்தார் மனோன்மணியம் சுந்தரம் பிள்ளை.

'நான் இருளில் மூழ்கிவிட்டேன்' என்று குலுங்கி அழுதார் மன்னர் மூலம் திருநாள்.

5

சைவப் பிரகாச சபை

தமிழும் சைவமும் தழைத்தோங்குவதற்காக கேரள மாநிலத் தலைநகர் திருவனந்தபுரத்தில் 1885ஆம் ஆண்டு சைவப் பிரகாச சபை என்னும் அமைப்பைத் தோற்றுவித்தார் பேராசிரியர் சுந்தரம் பிள்ளை.

பல புலவர்களையும், அறிஞர் பெருமக்களையும் இணைத்து நடுநாயகமாக நின்று அந்த அமைப்பை உருவாக்கினார். சைவப் பிரகாச சபையைப் பற்றி மேலும் விரிவாகத் தெரிந்து கொள்வது அவசியம்.

கேரளாவின் நாகரீகம், கலாச்சாரம், பண்பாடு போன்ற அனைத்துமே தமிழ் தழுவியதாகவே காணப்படும். ஏனென்றால் தமிழ் வரலாற்றில் புகழின் உச்சத்தில் இருந்த சேர, சோழ, பாண்டிய நாடுகளில் சேர நாடுதான் பிற்காலத்தில் கேரள மாநிலமாக மாறியது.

திருவஞ்சைக் களத்தைத் தலைமை இடமாகக் கொண்டு சேரமான் பெருமாள் நாயனார் ஆட்சி செய்தார்.

மலைநாடு என்று புகழப்படும் வளமிக்கச் சேர நாட்டின் ஒப்பற்ற தலைநகரம் கொடுங்கோளூர். இந்நகருக்கு மாகோதை என்று மற்றொரு பெயரும் உண்டு.

இங்குள்ள கோயில் திருவஞ்சைக் களம் என்று அழைக்கப்படுகிறது. எம்பெருமானுக்கு அஞ்சைக் களத்தீசுரர் என்று பெயர். அம்மையாரின் பெயர் உமையம்மை. இத்தலத்திலுள்ள புண்ணிய தீர்த்தத்துக்கு சிவகங்கை என்று பெயர்.

அப்படிப்பட்ட புண்ணிய பூமியில் தொடங்கப்பட்டதுதான் சைவப் பிரகாச சபை. சைவ நெறி தமிழினத்தின் உன்னதமான நெறி. சைவர்கள் இறைவனைச் சிவம் என்றும், ஜோதி என்றும் போற்றி வணங்குவார்கள்.

சேர நாடு பின்னர் திருவிதாங்கூர் சமஸ்தானமாகி, அதன் பிறகு கேரளாவாக மாறியது.

கேரளாவின் தலைநகரமாகிய திருவனந்தபுரத்தில் காலம் காலமாகத் தமிழ்ப் பெருங்குடி மக்கள் வாழ்ந்து வருகின்றனர்.

19ஆம் நூற்றாண்டில் இம்மாநகரில் வாழ்ந்த சைவநெறி வந்த செந்தமிழ்ச் சான்றோரின் எண்ணத்தில் நிறைந்து வளர்ந்தோங்கிய இச்சபை, கொல்லம் 1060ஆம் ஆண்டு சித்திரை மாதம் முதல் நாளான தமிழ்ப் புத்தாண்டு தினத்தில் தொடங்கப்பட்டது.

சைவப் பிரகாச சபைக்கு திருவிதாங்கூர் மன்னர் பரம்பரை யின் ஆசியும், ஆதரவும் தொடக்க காலம் முதல் தொடர்ந்து கிடைத்து வந்தது.

அனைத்துத் தரப்பினரின் ஆதரவோடு ஒரே வருடத்திற்குள் சபைக்கு மண்டபம் ஒன்றை அமைப்பதற்காக மனை ஒன்று வாங்கப்பட்டது. மண்டபத்திற்கான திருப்பணியும் தொடங்கப் பட்டது. 1886ஆம் ஆண்டு தை மாதம் மண்டபம் கட்டும் பணி நிறைவடைந்து திறப்பு விழாவும் நடைபெற்றது.

அப்போது கல்வெட்டு ஒன்று அங்கே நிறுவப்பட்டது. அதில் 'மேல் இடப்புறம் சைவ சமயக்குரவர்கள் நால்வரும் நின்றிருக்க, வலப்புறம் நந்தி இருக்க நடுநாயகமாகச் சிவலிங்கம் வீற்றிருக்கிறார். அதற்குக் கீழே கட்டிடம் நிர்மாணிக்கப்பட்ட விவரங்கள் தெரிவிக்கப்பட்டுள்ளன.

சபையின் தலைவராக மாநிலக் கணக்காய்வுத் தலைவர் திரவியம் பிள்ளை தேர்வு செய்யப்பட்டார். பேராசிரியர் சுந்தரம் பிள்ளை துணைத் தலைவராகவும், வழக்கறிஞர் சுவாமிநாத பிள்ளை செயலாளராகவும் தேர்வு செய்யப்பட்டனர்.

இச்சபையின் நோக்கங்கள் என்னவென்றால், திருவருள் முன்னிலையில் பிரசங்கம், புராணப் படலம், நூல் ஆராய்ச்சி ஆகியவற்றை மேற்கொள்தல்; தமிழ் மொழி, கலை பண்பாடு ஆகியவற்றைப் போற்றிப் பாதுகாத்து வளர்த்தல்; தமிழ்ச் சமுதாயப் பழக்க வழக்கங்களைச் சீர்திருத்துதல்; தமிழ் மக்களின் பொருளாதார நிலையை மேன்மையுறச் செய்தல்; தமிழ்ச் சிறுபான்மையினரின் உரிமைகளைப் பாதுகாத்தல்; தமிழ் மக்களின் உயர்தரக் கல்வி, தொழிற் கல்வி ஆகியவற்றிற்குரிய வசதிகளை அளித்தல் போன்றவை ஆகும்.

தமிழ் வரலாற்றில் தமக்கெனத் தனியிடம் கண்ட பெருமக்கள் பேராசிரியர் பெ. சுந்தரம் பிள்ளை, ஆராய்ச்சிப் பேரறிஞர் கே.என். சிவராஜப் பிள்ளை, ஆராய்ச்சி வல்லுநர் பேராசிரியர் எஸ். வையாபுரிப் பிள்ளை ஆகியோர் சபையின் நிர்வாகிகளாவும், உறுப்பினர்களாகவும் விளங்கினார்கள்.

தினந்தோறும் சபை மண்டபத்தில் கூடி சமய இலக்கிய நூல்கள் பற்றிப் பல்வேறு ஆய்வுகளை அவர்கள் மேற்கொண்டனர்.

சபை மண்டபம் கட்டப்பட்ட நாள் முதல் மண்டபத்தினுள் அமைக்கப்பட்டிருக்கும் நடராஜர் சன்னதியில் வழிபாடுகள் முறையே நடைபெற்று வருவது குறிப்பிடத்தக்கது.

விழாக்கள், முக்கிய தினங்கள் அனைத்தும் தமிழ் மக்களின் நல்லாதரவோடு தற்போதும் நடைபெற்று வருகின்றன.

திருவிதாங்கூர் பொது நிறுவனங்கள் பதிவுச் சட்டத்தின் கீழ் 1929ஆம் ஆண்டு சைவப் பிரகாச சபை பதிவு செய்யப்பட்டது. அந்த நேரத்தில் சபைத் தலைவராக இசைச் செல்வர் தி. இலக்குமணப் பிள்ளையும், செயலாளராக வி. சுப்பிரமணியப் பிள்ளையும், பொருளாளராக ஏ. விஸ்வலிங்கம் பிள்ளையும் இருந்தது குறிப்பிடத்தக்கது.

1940ஆம் ஆண்டு சபையின் 55ஆம் ஆண்டு நிறைவு பெற்றதை அடுத்து புதிய நிர்வாகக் குழு பதவியேற்றது. ஓய்வு பெற்ற திவான் பேஷ்கார் ஆர். வைத்தியலிங்கம் பிள்ளை தலைவராகப் பொறுப்பேற்றார். எஸ். பிறவிப் பெருமாள் பிள்ளை செயலாளராக

வும், கே. விஸ்வநாத பிள்ளை பொருளாளராகவும் தேர்ந்தெடுக்கப் பட்டனர்.

பெ. சுந்தரம் பிள்ளையின் மகன் பி.எஸ். நடராஜப் பிள்ளை 1954ஆம் ஆண்டு அவரது தந்தையைப் போலவே சைவப் பிரகாச சபையின் துணைத் தலைவராகப் பொறுப்பேற்றார்.

1952ஆம் ஆண்டு முதல் இச்சபையில் கந்த சஷ்டி விழா சிறப்பாக நடைபெற்று வருகிறது. இவ்விழா பெருவிழாவாக மாறி மிகுந்த சிறப்புடன் நடைபெற்று வருவது குறிப்பிடத்தக்கது.

அங்குள்ள முருகன் கோயில்களில் நடைபெறும் கந்த சஷ்டி விழாக்களைக் காட்டிலும் திருவனந்தபுரம் சைவப் பிரகாச சபையில் நடைபெறும் சஷ்டி விழா பெருமை படைத்ததாக விளங்குகிறது.

1955ஆம் ஆண்டு முதல் 1962ஆம் ஆண்டு வரை திருவாவடு துறை ஆதீனத்தார் இச்சபையின் ஆதரவோடு திருவனந்தபுரத்தில் சைவ சித்தாந்த மாநாடுகளை சமய, இலக்கிய, கலை நிகழ்ச்சி களோடு வெகு சிறப்பாக நடத்தி வந்தனர்.

திருப்பாவை, திருவெம்பாவை விழாக்கள் 1957ஆம் ஆண்டு முதல் மார்கழி மாதத்தில் சிறப்பாக நடைபெற்று வந்தன.

1960ஆம் ஆண்டு சபையின் 75வது ஆண்டு விழா நடைபெற்ற போது சபை மண்டபத்தோடு இணைத்துத் திறந்த வெளியரங்கு ஒன்று அமைக்கப்பட்டது. அதனை பொருளாதாரப் பேரறிஞர் டாக்டர் ப. நடராஜன் திறந்து வைத்தார்.

சபையில் இருந்து ‘குகாவதார ரகஸ்யம்’, ‘பக்தர் பாடிய பாமாலை’ என்ற நூல்கள் இலவச வெளியீடாக வெளியானது.

1961ஆம் ஆண்டு நவம்பர் மாதம் சபையின் துணைத் தலைவராக இருந்த மனோன்மணியம் சுந்தரனாரின் புதல்வர் பி.எஸ். நடராஜ பிள்ளையின் திருவுருவப்படம் சபை மண்டபத்தில் திறந்து வைக்கப்பட்டது.

1962ஆம் ஆண்டு முதல் சபை மண்டபத்தில் வார வழிபாட்டுக் கூட்டங்கள் நடைபெற்று வந்தன.

1966ஆம் ஆண்டு நடைபெற்ற பொதுக்குழுக் கூட்டத்தில் பழுதாகி இருந்த சபை மண்டபத்தை அகற்றிவிட்டு, திறந்தவெளி அரங்கையும் இணைத்துப் புதிய கட்டடம் கட்ட வேண்டும் என்ற தீர்மானம் ஒருமனதாக நிறைவேற்றப்பட்டது.

1970ஆம் ஆண்டு குன்றக்குடி அடிகளார் தலைமையில் சபைத் தலைவராக இருந்த ஆ. வைத்தியலிங்கம் பிள்ளை புதிய கட்டடத் திற்கு அடிக்கல் நாட்டினார்.

1971ஆம் ஆண்டு செப்டம்பர் மாதம் 19ஆம் நாள் கேரள மாநில ஆளுநராக இருந்த வி. விஸ்வநாதம் மூன்று நிலைகளைக் கொண்ட கட்டடத்தைத் திறந்து வைத்தார்.

மூன்றாவது நிலையில் சபை அலுவலகமும், நடராஜர் சன்னதியும், கலையரங்கமும் அமைந்துள்ளன.

1978ஆம் ஆண்டு முதல் இலவசத் தமிழ்ப் பயிற்சி வகுப்பு தொடங்கப்பட்டது. மூல மலையாளத்தைத் தாய்மொழியாகக் கொண்ட பலர் தமிழ் கற்கும் வாய்ப்பினை இதன்மூலம் பெற்றனர்.

1983ஆம் ஆண்டு முதல் மாநிலத்தில் நடைபெறும் உயர்நிலைப் பள்ளி இறுதித் தேர்வு, புகுமுக வகுப்புத் தேர்வு, இளங்கலை, முதுகலை பட்டப்படிப்புத் தேர்வுகளில் தமிழ்ப் பாடத்தில் முதல் மதிப்பெண் வாங்குவோருக்குப் பரிசுகளும், நிதியும் வழங்கப்படுகிறது.

1985ஆம் ஆண்டு செப்டம்பர் மாதம் ஐந்து நாட்கள் தொடர்ந்து சைவப் பிரகாச சபையின் நூற்றாண்டு விழா கொண்டாடப்பட்டது. அப்போது கேரளப் பல்கலைக் கழகத்தில் 'பேராசிரியர் சுந்தரம் பிள்ளை அறக்கட்டளை' நிறுவ ஏற்பாடு செய்யப்பட்டது.

சைவப் பிரகாச சபையில் மனோன்மணியம் சுந்தரம் பிள்ளை தவிர்த்து முக்கியமானவராகத் திகழ்ந்தவர் மு. திரவியம் பிள்ளை.

இவர் திருவிதாங்கூர் அரசின் அமைச்சர் பதவிக்கு இணை யான மாநிலக் கணக்காய்வுத் தலைவர் பதவியை அலங்கரித்தவர். உழைப்பாலும், ஒழுக்கத்தாலும் உயர் பதவிகள் பலவற்றை அடைந்த இவரின் திறமையைப் போற்றிப் புகழ்ந்தவர்களில் முக்கியமானவர் மன்னர் விசாகத் திருநாள் ஆவார். செந்தூர் வேலன் மீது அபார நம்பிக்கையும், பக்தியும் உடைய இவர் தினமும் தேவாரப் பாசுரங்களைப் பாடி இறையருள் கிடைக்கப்பெற்றார்.

சைவப் பிரகாச சபையைத் தமது ஆய்வுக்கூடமாகவே அமைத்துக் கொண்டவர் எஸ். வையாபுரிப் பிள்ளை. தமிழ் இலக்கிய ஆராய்ச்சியில் பேராசிரியர் சுந்தரனாருடன் இணைந்து தீவிரமாக ஈடுபட்டவர் இவர். தமிழ்ச் சுவடிகள் பலவற்றைத் தேடிக் கண்டுபிடித்து அதனைத் தொகுத்துத் தம் ஆய்வுக்கு உட்படுத்திக் கொண்டவர் இவர்.

சைவப் பிரகாச சபையுடன் நெருங்கிய தொடர்பு கொண்டு தமிழ் வளர்ச்சிக்காகப் பாடுபட்ட மற்றொரு தமிழறிஞர் கே.என். சிவராஜப் பிள்ளை. இலக்கண இலக்கிய ஆராய்ச்சியாளர், தத்துவ மேதை, கவிஞர் என்று பன்முகம் கொண்டவர்.. பட்டப்படிப்பு முடிவுற்றதும் சுசீந்திரத்தில் திருவிதாங்கூர் அரசில் பணியாற்றினார்.

அந்தப் பணியில் நேர்மைக் குறைவு மிகுந்து காணப்பட்டதால் பதவியை விட்டு விலகினார்.

திருவனந்தபுரத்தில் 'நாஞ்சில் நேசன்' என்னும் வாரப் பத்திரிகையைத் தொடங்கினார். 'மலபார் குவார்ட்டர்லி ரெவ்யூ' என்னும் மாத இதழையும் நடத்திவந்த அவர், தமது ஆய்வுக் கட்டுரைகளை வெளியிட்டுவந்தார்.

சென்னைப் பல்கலைக் கழகத் தமிழ்த் துறைத் தலைவராகப் பணியாற்றி ஓய்வு பெற்றதும் திருவிதாங்கூர்ப் பல்கலைக் கழகத்தில் தமிழ்த்துறையை உருவாக்க முயற்சி மேற்கொண்டார்.

கவிமணி தேசிகவிநாயகம் பிள்ளை

பின்னர் நாகர்கோவிலிலேயே தங்கி 'ஜனமித்திரன்' என்னும் தமிழ்ப் பத்திரிகையை நடத்தி வந்தார். பரோடா மன்னர் கெய்க்குவார் அறிவித்த கட்டுரைப் போட்டியில் உலக அறிஞர் களோடு கலந்து கொண்டு பரிசும் பாராட்டும் பெற்றார்.

கவிதைத் துறையிலும், தத்துவத் துறையிலும் ஆய்வுகளை மேற்கொண்டு தனது ஆழ்ந்த புலமையை வெளிப்படுத்தினார்.

இசைச் செல்வர் தி. இலக்குமணப் பிள்ளை சைவப் பிரகாச சபையின் வளர்ச்சியில் முக்கியப் பங்கு வகித்த மற்றொரு அறிஞர். நிதிச்சாலைத் தலைவராக இருந்து ஓய்வுபெற்ற இவர் தமிழ் மற்றும் இசை வளர்ச்சிக்காகப் பெரிதும் பாடுபட்டார். இவர் இயற்றிய 'செய்யுட் கோவை' சபையில் அரங்கேற்றப்பட்டது.

'இரவிவர்மன்' என்னும் வரலாற்று நாடகம் எழுதினார். அது மலையாளத்திலும் மொழி பெயர்க்கப்பட்டது. 'இசைச் செல்வர்' என்ற பட்டத்தை மறைமலை அடிகளார் இவருக்கு வழங்கினார்.

திருவனந்தபுரம் அறிஞர் கூட்டத்தில் 'தமிழ்த் தியாகராஜர்' என்னும் பட்டமும் இவருக்கு வழங்கப்பட்டது. இசைக்குத் தமிழ் இசைப்பாக்களைத் தமிழில் தந்து வெற்றிக்கொடி நாட்டியவர் என்ற பெருமை இவருக்கு உண்டு.

கவிமணி தேசிக விநாயகம் பிள்ளையும் சைவப் பிரகாச சபையுடன் பல ஆண்டுகள் தொடர்பு கொண்டிருந்தார். பள்ளியில் மலையாளமே பாட மொழியாகக் கொண்டு பயின்றாலும் தேரூரை அடுத்துள்ள வாணன்திட்டு என்ற ஊரில் திருவாவடுதுறை ஆதீன மடத்துத் தம்பிரானிடம் தமிழைக் கற்றுத் தேர்ந்தார். 79ஆம் வயது வரை வாழ்ந்த கவிமணி, தமிழுக்கு அரும்பெரும் தொண்டாற்றிய வர்.

6

சுவாமி விவேகானந்தருடன்..

வீரத்துறவி, தத்துவமேதை, உறுதியுடனும், தைரியத்துடனும் கடல்கடந்து தன்னந் தனியாகச் சென்று பாரதத்தின் மேன்மையையும், இந்து மதத்தின் சிறப்பையும் உலகம் அறிந்திடச் செய்த மகான் சுவாமி விவேகானந்தர்.

அமெரிக்காவில் சிகாகோ நகரில் பிரசங்கம் செய்து அமெரிக்க மக்களை மட்டுமல்லாமல் உலக மக்கள் அனைவரையுமே திரும்பிப் பார்க்கச் செய்த தத்துவஞானி விவேகானந்தர்.

இவர் அமெரிக்கப் பயணம் மேற்கொள்வதற்கு முந்தைய ஆண்டான 1892ஆம் ஆண்டு அப்போதைய திருவிதாங்கூர் சமஸ்தானமும், தற்போதைய கேரள மாநிலத்தின் தலைநகருமான திருவனந்தபுரத்திற்கு வருகை தந்தார்.

அங்கே தங்கிய சமயத்தில் பேராசிரியர் பெ. சுந்தரம் பிள்ளையுடன் நெருங்கிய நட்பு கிடைத்தது சுவாமிக்கு. சுமார் ஒன்பது நாட்கள் அங்கு தங்கியிருந்த விவேகானந்தர், அப்போது சுந்தரம் பிள்ளையோடு நிறைய விவாதம் செய்யும் வாய்ப்பைப் பெற்றார்.

அவர்களின் விவாதத்தில் மதம், இனம், தத்துவம் உள்ளிட்டவை தீவிரமாக அலசப்பட்டன. அலசல் என்பதைக் காட்டிலும் மிகச் சூடான விவாதம் நடந்தது என்று கூறுவதே சாலப் பொருத்தமாக இருக்கும்.

இவ்வாறு இருவருக்கும் இடையே நடைபெற்ற அறிவுபூர்வ விவாதங்களை அடுத்து சுந்தரனாரின் நெருங்கிய நண்பராகினார் சுவாமி விவேகானந்தர்.

இந்த நட்பு காரணமாக சுந்தரம் பிள்ளையின் இல்லத்திற்கு விருந்தினராகவும் சென்றார் சுவாமி.

சுந்தரனாரின் இல்லம் திருவனந்தபுரம் ஹார்விபுரத்தில் இருந்தது. இங்கே அவரது இல்லத்தைப் பற்றிச் சற்றே தெரிந்து கொள்வது நல்லது.

திருவிதாங்கூர் சமஸ்தானத்தின் அரசவைப் பேராசிரியராகவும் இருந்த சுந்தரனாருக்கு, 1892ஆம் ஆண்டு திருவனந்தபுரம் பேரூர்கடை என்னும் இடத்தில் 90 ஏக்கர் நிலத்தை சமஸ்தானம் தானமாக வழங்கியது.

அந்த இடத்தில் ஒரு மாளிகையைக் கட்டினார் சுந்தரனார். அந்த இல்லத்திற்குத் தனது பேராசிரியரான ஹார்வியின் பெயரைச் சூட்டினார். தனது சைவ இலக்கியப் பணிகளை அங்கு மேற்கொண்டார்.

ஹார்விபுரத்தில் குன்றில் அமைந்திருந்த சுந்தரனாரின் வீட்டிற்குச் சென்ற விவேகானந்தர், அங்கு சூழ்ந்து கிடந்த அற்புதமான இயற்கைக் காட்சியில் தனது மனதைப் பறிகொடுத்தார்.

அப்போது சுந்தரனாரின் மகன் பி.எஸ். நடராஜ பிள்ளைக்கு வயது ஒன்று. வீட்டில் ஊர்ந்தும், நடந்தும் விளையாடும் பருவம். சுந்தரம் பிள்ளையின் செல்ல மகனோடு கொஞ்சி விளையாடி மகிழ்ந்தார். சுற்றுப்புற இயற்கை அழகில் சொக்கிப்போய் அக்குழந்தையை சுமந்து கொண்டு இசை பாடி மகிழ்ந்தார் சுவாமி.

அக்குன்றின் அருகே உயரமான பாறை ஒன்றும் இருந்தது. பாண்டவர் வனவாசத்தின்போது இங்கே வந்ததாகவும், அப்போது

உணவு தயாரிப்பதற்காக அடுப்பு அமைக்க பீமன் பயன்படுத்திய பாறையே அதுவென்றும் கூறுவர். அதனால் அந்தப் பாறையை 'அடுப்புக் கூட்டான் பாறை' என்றே அழைத்தனர்.

அந்த அழகிய, சற்றே உயரமான பாறை விவேகானந்தரின் மனதில் உற்சாகத்தை ஏற்படுத்தியது. அந்தப் பாறை மேல் செல்ல வேண்டும் என்ற ஆர்வம் அவருள் உருவாகியது.

எப்படிச் செல்வது?

தெரியவில்லை.

சுந்தரம் பிள்ளையிடம் தனது குழந்தைத்தனமான ஆர்வத்தை விளக்கிக் கூறினார் சுவாமி விவேகானந்தர்.

அவரது ஆசையை நிறைவேற்றும் பொருட்டு அதற்கொரு வழிவகை செய்தார் சுந்தரனார். சக்திவாய்ந்த ஒருவரை அழைத்து சுவாமியைப் பாறையின் மீது சுமந்து சென்று அழைத்து வருமாறு கேட்டுக் கொண்டார்.

அப்படியே அந்த மனிதரும் சுவாமியைத் தனது தோளின் மீது சுமந்து அந்தப் பாறையின் மீது ஏறினார். பாறையின் உச்சியை அடைந்ததும் சந்தோஷத்தின் உச்சத்தை அடைந்தார் விவேகானந்தர். அவர் மனம் மகிழ்ச்சியின் எல்லையைத் தொட்டது. அந்த உயரமான இடத்தில் இருந்து கொண்டு சுற்றிலும் கொட்டிக் கிடந்த இயற்கைக் காட்சிகளை ஆசைதீரக் கண்டுகளித்தார் சுவாமி விவேகானந்தர்.

போதும் என்ற பிறகே மீண்டும் அந்த மனிதர் சுவாமியை அதேபோல தோளில் சுமந்து கொண்டு பத்திரமாகக் கீழே கொண்டு வந்துவிட்டார்.

சுந்தரம் பிள்ளையின் வீட்டில் சுவாமிக்குச் சிறப்பான விருந்து தயாராகி இருந்தது. நன்கு சுவைத்து விருந்து உண்டு மகிழ்ந்தார். பின்னர் இரு தத்துவ மேதைகளும் உரையாடத் தொடங்கினார்கள்.

அப்போது சுந்தரம் பிள்ளை சற்றும் எதிர்பார்த்தேயிராத ஒரு கேள்வியைத் தூக்கிப் போட்டார் சுவாமி விவேகானந்தர்.

'உங்கள் கோத்திரம் என்ன?'

இதுதான் அவர் கேட்ட கேள்வி.

இது சுந்தரனாருக்கு பேரதிர்ச்சியாக இருந்தது. சற்று நேரம் பதிலேதும் கூறாமல் மௌனம் காத்தார்.

சுவாமி விவேகானந்தர்

அப்புறம் என்ன நடந்தது என்பதைத் தமது குறிப்பேட்டில் எழுதி வைத்துள்ளார் சுந்தரம் பிள்ளை.

'உவப்போடு என்னுடன் பேசி மகிழும் உத்தம நண்பர் விவேகானந்தர் தங்கள் கோத்திரம் எதுவென வினா எழுப்பினார். வேறொரு தினமாகில் வினாவினைக் கேட்ட நான் வெகுண்டிருப் பேன். ஆத்திரம் அடைந்திருப்பேன். உறவென விருந்துக்கு வந்த அந்த உயர்ந்த நண்பரிடம் நான் மிக மெல்லிய குரலில், 'எமக்கும் கோத்திரத்துக்கும் சம்பந்தம் ஒன்றும் கிடையாது. தன்மானம் காக்கும் தென்னாட்டில் பிறந்த திராவிட இனத்தைச் சேர்ந்தவன் நான்' என ஆத்திரமின்றிக் கோத்திரக் கேள்விக்கு விடையளித்தேன்' என்று காணப்படுகிறது அந்தக் குறிப்பு.

பின்னர் ஒரு சமயம் சுந்தரம் பிள்ளையைப் பற்றி சுவாமி விவேகானந்தர் வெளியிட்ட கருத்து இங்கே குறிப்பிடத்தக்கது.

'சுந்தரம் பிள்ளை மிகச் சிறந்த கற்றறிந்த மேதை என்பது உண்மைதான். ஆனால் அவர் இனவேற்றுமைக்கு இடம் அளித்திருக்கிறார். திராவிட இன உணர்வு கொண்டிருக்கிறார்' என்பதே அந்தக் கருத்து.

ஒரு பெரிய கட்டிலைப் போன்ற பரப்பளவில் ஒற்றைக் கல்லால் ஆன ஓர் இருக்கை சுந்தரம் பிள்ளை வீட்டில் இருந்தது. எப்போதும், எவ்வளவு வெயில் காலத்திலும் மிகவும் குளுமையாக அந்த இடம் இருக்கும். எனவே அந்தக் கல் 'குளுமைக் கல்' என்றே அழைக்கப்பட்டது.

அந்தக் குளுமைக் கல்லில் இருந்தே விவேகானந்தரும், சுந்தரம் பிள்ளையும் உரையாடினார்கள். அக்கல்லுக்கு உணரும் சக்தி இருந்தால் அது நிறைய நினைவுகளை நமக்குச் சொல்லும்.

திருவனந்தபுரத்தில் இருந்து சென்ற பிறகு ஐம்பதுக்கும் மேற்பட்ட கடிதங்களை விவேகானந்தர் சுந்தரனாருக்கு எழுதி உள்ளார்.

அமெரிக்கச் சுற்றுப்பயணத்தை முடித்துவிட்டு சென்னை வந்த போதும் சுந்தரம் பிள்ளையை நினைவு கூர்ந்தார் சுவாமி. அவரது தத்துவக் கருத்துக்களையும், உணர்வுகளையும் பற்றித் தமது கருத்தை வெளியிட்டார் விவேகானந்தர்.

'திருவனந்தபுரம் சுந்தரம் பிள்ளையின் பல தத்துவக் கருத்துக் களும் உணர்வுகளும் தவறு அற்றவை என்று தெரிகிறது. அன்னாரின் ஆழ்ந்த அனுபவ அறிவால் ஆணிவேரைப் போன்று அவரது மனதில் அக்கருத்துக்கள் உறைந்ததற்குக் காரணங்கள் உண்டு. தங்கள் மீது நம்பிக்கை கொண்ட மனிதர்களின் வரலாறு தான் உலக வரலாறு. நம்பிக்கையானது ஒவ்வொருவருக்குள்ளும் அடங்கி இருக்கும் தெய்வீகத்தை வெளிப்படுத்துகிறது' என்னும் கருத்தினை வெளிப்படுத்தினார் சுவாமி.

இத்தகைய கருத்தை ராஜாஜி என்று அழைக்கப்படும் சி. ராஜகோபாலாச்சாரி, சி.பி. இராமசாமி ஐயர், நீதிபதி சர். சுப்ரமணிய ஐயர், பேராசிரியர் ரங்காச்சாரியார், சுந்தரராம ஐயா, அழகிய சிங்கர், திருப்பத்தூர் நல்லசுவாமிப் பிள்ளை ஆகியோரிடம் மனம் திறந்து வெளியிட்டுள்ளார் விவேகானந்தர்.

இதனை சுந்தரம் பிள்ளையின் புதல்வர் நடராஜ பிள்ளையிடம் ராஜாஜி தெரிவித்தது குறிப்பிடத்தக்கது.

1992ஆம் ஆண்டு வெளியான 'சுந்தரனாரும் - சுவாமி

விவேகானந்தரும்' என்னும் நூலில் பி. குமரேசன் குறிப்பிட்டுள்ளார்.

விவேகானந்தரின் ஒவ்வொரு கடிதமும் தனக்கும் சுந்தரனாருக்கும் இடையே இருந்த அழுத்தமான நட்பைத் தெளிவாக விளக்குவதைப் போலவே அமைந்திருந்தன.

'என் உள்ளத்தில் உறைந்து கண்முன் நிற்கும் உத்தம நண்பரின் உயிரோவியம்' என்று ஒரு கடிதத்தில் குறிப்பிட்டிருந்தார்.

சுந்தரனார் மறைவதற்கு இருபது தினங்களுக்கு முன்புகூட சுவாமி விவேகானந்தரிடம் இருந்து கடிதம் ஒன்று அவருக்கு வந்தது.

சுந்தரனாரின் மறைவைக் கேள்விப்பட்ட சுவாமி விவேகானந்தர், 'சுந்தரம் பிள்ளை பேரறிவாளர், பேருண்மைகளைக் காதலித்து அதைப் பிறருக்கு எடுத்துரைக்கும் பேராற்றல் கொண்டவர். அன்பிற்குப் பாத்திரமானவரை ஆண்டவன் அற்ப ஆயுளிலேயே ஆட்கொண்டு விடுவான் என்பதற்குச் சுந்தரம் பிள்ளையின் மறைவே சான்றாகும்' என்று குறிப்பிட்டிருந்தார்.

1897ஆம் ஆண்டு தமது 42வது வயதில் சுந்தரம் பிள்ளை மறைந்தார்.

1902ஆம் ஆண்டு தமது 39வது வயதிலேயே விவேகானந்தரும் மறைந்துவிட்டார்.

சுவாமி விவேகானந்தருக்கும், பேராசிரியர் சுந்தரம் பிள்ளைக்கும் இடையே நிகழ்ந்த கடிதப் போக்குவரத்துகள் உள்ளிட்ட அனைத்து ஆவணங்களும் மருந்துக்குக்கூட தற்போது இல்லாமல் போய்விட்டது. அன்றைய ஆட்சி அதிகாரத்தில் இருந்த ஆங்கிலேயர்கள் தமது கொடுங்கரத்தைப் பயன்படுத்தி அத்தனை வரலாற்று ஆவணங்களையும் அழித்தொழித்து விட்டனர்.

பல்வேறு ஆன்றோர், சான்றோர், அறிஞர்களின் கடிதங்கள், பல்வேறு கருத்தோவியங்கள், விலை மதிப்பற்ற புத்தகப் பேழைகள் என்று அனைத்தையும் அழித்துவிட்டனர்.

இந்திய விடுதலைப் போராட்டத்தில் சுந்தரம் பிள்ளையின் மகன் நடராஜ பிள்ளை பங்கேற்றதற்காகவே அவரது வீட்டிற்குள் புகுந்து அனைத்து ஆவணங்களையும் கவர்ந்து சென்றுவிட்டனர். இவ்வாறு கவர்ந்து சென்றவற்றில் நிறைய மாணிக்க நிதிகளும் உண்டு என்பதே வருத்தம் தரும் உண்மை.

7

பேரறிஞர்களின் பார்வையில்..

உயர்ந்த எண்ணங்களும், குறிக் கோள்களும், நேர்மையும்தான் ஒரு மனிதனைப் புகழின் உச்சிக்கு அழைத்துச் செல்கிறது. அலைகள் மோத மோதக் கடல் பரப்பில் நுரைகள் பொங்கிப் பொங்கி வெளிப்படுகின்றன. அப்படித் தான் உள்ளத்தில் நல்ல எண்ணங்கள் கிளம்பக் கிளம்பப் புனிதமெனும் அறிவுச் செல்வம் உள்ளத்தில் இருந்து ஒளி வீசும்.

எண்ணுபவன் சிந்திப்பான்.

சிந்திக்கத் தொடங்கினால் சந்தேகம் தோன்றும்.

சந்தேகம் ஆய்வை வளர்க்கும்.

ஆய்வு உண்மையை உணர்த்தி மறுமலர்ச்சியை உருவாக்கும்.

'அரைக்கின் அன்றோ சந்தனம் கமழும்' என்கிறார் பேராசிரியர் சுந்தரம் பிள்ளை.

அவ்வாறே எண்ணங்களாலும் அனுபவங்களாலும் உயர்நிலை அடைந்து அறிவைத் தீட்டித் தீட்டிப் புகழின் உச்சத்தை அடைந்தார் மனோன்மணியம் சுந்தரனார்.

அவரது இலக்கியப் படைப்புகள் ஒவ்வொன்றிலும் உயர் குறிக்கோளும் நல்லெண்ணமும் சுடர்விடுவதைப் பார்க்க முடியும்.

தமிழ்ப் பண்பாட்டின் மேன்மையைத் தமது படைப்புகளால் உணர்த்திய தமிழறிஞர்.

தமிழையே தெய்வமாகப் போற்றி வணங்கிய தன்னிகரற்ற தலைவன்.

வரலாற்று உண்மையை ஆழ்ந்து ஆராய்ந்த திராவிடச் செம்மல்.

நிலைபெறும் புகழொடு தோன்றிய பெருமகனார் சுந்தரம் பிள்ளை.

தமிழ் வளர்ச்சிக்காகவே தனது வாழ்க்கையை அர்ப்பணித்த பேராசிரியரைப் பேரறிஞர்கள் பலரும் போற்றிப் புகழ்ந்துள்ளதே இதற்குத் தக்கச் சான்றாகும்.

மறைமலை அடிகள்

தனித் தமிழ் இயக்கத்தின் முன்னோடிகளில் ஒருவராக அறியப்படுபவர் மறைமலை அடிகள். இவரது இயற்பெயர் வேதாசலம். திருக்கழுங்குன்றத்தில் பிறந்த இவர், தமிழறிஞர் களிடம் சென்று தனது அறிவை வளர்த்துக்கொண்டார்.

சென்னை கிறிஸ்துவக் கல்லூரியில் பேராசிரியர் பரிதிமாற் கலைஞரோடு தமிழாசிரியராகப் பணிபுரிந்தார்.

1905ஆம் ஆண்டு சைவ சித்தாந்த மகா சமாஜம் என்ற அமைப்பைத் தொடங்கினார். பல ஆண்டுகள் பேராசிரியராகப் பணியாற்றிய பின், பல்லாவரத்தில் 1912ஆம் ஆண்டு 'சமரச சுத்த சன்மார்க்க சங்க்த்தைத் தொடங்கினார். பின்னர், அதன் பெயரை 'பொதுநிலைக் கழகம்' என்று மாற்றினார்.

திருமுருகன் அச்சுக்கூடத்தை ஏற்படுத்திப் பல நூல்களை வெளியிட்டார். மணிமொழி நூல்நிலையத்தை உருவாக்கினார்.

தமிழ், சமஸ்கிருதம், ஆங்கிலம் மூன்று மொழிகளையும் நன்கு கற்றவர் மறைமலை அடிகள். அதே நேரத்தில் சமஸ்கிருதக் கலப்பு இல்லாமல் தமிழைத் தூய நடையில் எழுதினார். தனித் தமிழில் எழுதுவது என்பது ஓர் இயக்கமாக வளர்வதற்கு அவரது அணுகுமுறை ஒரு தொடக்கமாக அமைந்தது.

'சாதி வேற்றுமையும் போலிச் சைவரும்', 'திருக்குறள் ஆராய்ச்சி' உட்பட 54 நூல்களை இவர் எழுதியுள்ளார். பல்லாவரத்தில் அவர் வாழ்ந்த வீடு மறைமலை அடிகள் நூலகமாகத் தமிழக அரசால் பராமரிக்கப்படுகிறது.

இத்தகைய பெருமைமிக்க மறைமலை அடிகள் பேராசிரியர் மனோன்மணியம் சுந்தரம் பிள்ளையோடு பழகியவர். அவரைப்

பற்றி நல்லவிதமான கருத்துக்களைக் கொண்டவர். அதை வெளிப் படுத்தியும் உள்ளார்.

'நான் திருவனந்தப் பட்டினத்திற்குச் சில ஆண்டுகளுக்கு முன் சென்றிருந்தேன். திருவிதாங்கூர் மன்னர் ஆட்சியில் உள்ளார். கல்வி வளம் பெறுவதற்காக நிலைப்பித்த அரிய கல்விக் கழகத்தில் அறிவு நூல் ஆசிரியராய் இருந்த செல்வர் ஒருவர் என்னை மனமுவந்து அழைத்தமையால் நான் அங்கு செல்வதற்கு இசைவு தெரிவித்தேன். அந்த ஆசிரியர் ஆங்கிலம், தமிழ், மலையாளம், ஆரியம் முதலிய மொழிகளில் வல்லவராய்த் திகழ்ந்தார். நல்வொழுக்கம் உடையவராக இருந்ததால் அனைவராலும் பாராட்டப்பெற்று புகழின் உச்சத்தில் இருந்தார்.

தமிழ் மொழியாக்கத்திலும் தமிழ்ப் புலவரிடத்திலும் விருப்பம் வைத்துப் பல நலன்களைச் செய்து வந்தார். தமிழில் இதுவரை செய்யப்படாத புத்தம் புதிய முறையைப் பின்பற்றி மனோன்மணி யம் என்னும் மிகச் சிறந்த நாடகக் காப்பியமும் இயற்றியுள்ளார்.

திருவனந்தப் பட்டினத்திற்கு வெளியே ஐந்து கல் தொலைவில் சிறிய பொற்றை மலைமேல் தம்முடைய மாளிகையை அமைத்து அதில் வாழ்ந்து வந்தார். தாம் இருந்த மலையைச் சுற்றிலும் ஏறக்குறைய இரண்டு கல் அகலமுள்ள குறிஞ்சி நிலம் இவருக்கே உரியதாக இருந்தது.

விருந்தினராகச் சென்ற நான் அவரால் பெரிதும் விருந் தோம்பப் பெற்று அவர் இல்லத்திலேயே ஒரு கிழமை இனிதாகக் காலம் கழித்தேன்' என்று தமிழுக்காக உழைத்த மறைமலை அடிகள் என்னும் வேதாச்சலம் தமது கட்டுரையில் சுந்தரம் பிள்ளையைப் புகழ்ந்து பாராட்டியுள்ளார்.

வெ.ப. சுப்பிரமணிய முதலியார் (வெ.ப.சு.)

திருநெல்வேலி மாவட்டம் வெள்ளக்கால் கிராமத்தில் 1857 ஆம் ஆண்டு பிறந்தார். ஐந்து வயது வரை பெற்றோருடன் வசித்த இவர், பின்னர் இவரது மாமாவான திருநெல்வேலி தளவாய் குமாரசாமி முதலியாரின் அரண்மனையில் வளர்ந்தார்.

இராமாயணம், மகாபாரதம், திருவிளையாடல் புராணம் உள்ளிட்ட பலவற்றைக் கற்றுத் தேர்ந்தார். அம்மானை, தூது, மாலை, மடல் உள்ளிட்ட சிற்றிலக்கிய வகைகளையும் கற்றார். தமிழ், ஆங்கிலம் இரண்டிலும் ஆழ்ந்த அறிவு கொண்டிருந்தார்.

தமிழ் இலக்கியக் கூட்டங்களுக்குச் சென்று இலக்கிய அறிவை வளர்த்துக் கொண்டார். கிறிஸ்தவக் கல்லூரியில் இன்டர்மீடியட் பயின்றபோது பிற மாணவர்களுக்குத் தமிழ் கற்றுத் தருவதற்காக கம்பராமாயணம், நன்னூல், இலக்கணக்கொத்து, தொல்காப்பியம் ஆகியவற்றை ஆழ்ந்து கற்றார்.

சென்னைப் பல்கலைக்கழகத்தில் தமிழ்ப் பேராசிரியராக 25 ஆண்டுகள் பணியாற்றினார். அறிவியல், தொழில்நுட்பப் பாட நூல்களை ஆங்கிலத்தில் இருந்து தமிழில் மொழிபெயர்த்தார். 'இந்தியன் ஸ்டாக் ஓனர்ஸ் மேனுவல்' என்ற நூலை 'இந்து தேசத்துக் கால்நடைக்காரர் புத்தகம்' என்ற பெயரில் வெளியிட்டார். கால்நடை மருத்துவம் குறித்து தமிழில் வெளியான முதல் நூல் இதுவே. தொடர்ந்து பல நூல்களை வெளியிட்டார்

'ராவ் சாஹிப்', 'கில்லத்' என்ற பட்டங்கள் இவருக்கு வழங்கப்பட்டன. சென்னை மாகாணத் தமிழ்ச் சங்கம் இவருக்கு 'முதுபெரும் புலவர்' பட்டத்தை வழங்கியது.

பல இதழ்களில் இவர் எழுதிய கட்டுரைகள் தொகுக்கப்பட்டு நூல்களாக வெளிவந்தன. அண்ணாமலைச் செட்டியார், அழகிய சொக்கநாதப் பிள்ளை, மீனாட்சிசுந்தரக் கவிராயர் உள்ளிட்ட பலரது வாழ்க்கை வரலாற்று நூல்களை எழுதினார்.

3 காண்டங்கள், 293 வெண்பாக்கள் கொண்ட இவரது 'அகலிகை வெண்பா' மிகவும் பிரபலமடைந்தது. இதுதவிர, பல வெண்பா, சரித்திர நூல்களைப் படைத்தார். இவரது பல நூல்கள், சென்னைப் பல்கலைக் கழகத்தில் பாடமாக வைக்கப்பட்டன.

சென்னை மாகாணத் தமிழ்ச் சங்கம் உருவாக்கிய 'கலைச்சொற்கள் அகராதி, வேளாண்மை கலைச்சொல்லாக்க நூல் தயாரிப்பிலும் குறிப்பிடத்தக்க பங்களிப்பை வழங்கினார்.

வாசிப்பதையே சுவாசமாகக் கொண்டிருந்த இவர், ஏராள மான நூல்களைச் சேகரித்தார். அவை அனைத்தும் திருநெல்வேலி ம.தி.தா.இந்துக் கல்லூரியில் நூலகமாக செயல்படுகிறது. 'தமிழ்ச்செம்மல்', 'தமிழாகரர்' என்றும் போற்றப்பட்டார்.

வெள்ளக்கால் ப. சுப்பிரமணிய முதலியார் என்னும் இந்தத் தமிழறிஞர் பேராசிரியர் சுந்தரம் பிள்ளைக்குப் புகழ்மாலை சூட்டி உள்ளார்.

'திருவனந்தபுரம் மகாராஜா கல்லூரிப் பேராசிரியர் பெ. சுந்தரம் பிள்ளை ஆங்கிலத்திலும், தமிழிலும் ஒருங்கே பாண்டியத்

தியம் உள்ள மிகச் சிலருள் தலைசிறந்தவர் என்பதும், ஆங்கில இலக்கியங்கள் சாஸ்திரங்களில் பயிற்சியுள்ள தமிழ் விற்பன்னரை விசேஷமாக மகிழ்வித்து அத்வித தத்துவக் கருத்துக்களை விளக்கும் மனோன்மணியம், நூற்றொகை விளக்கம் முதலிய சில நூல்களுக்கு ஆசிரியர் என்பதும் குறிப்பிடத்தக்கது.

வெ.ப.சு.

பேராசிரியராகப் பணியாற்றியபோது கிடைத்த ஒழிவு காலங்களில் செய்யும் முயற்சிகளில் பூர்வ சரித்திர ஆராய்ச்சியே பிரதான முயற்சியாகக் கொண்டு அதற்காக நெடுங்காலம் உழைத்துத் திருஞான சம்பந்தர் கால நிர்ணயம் முதலிய வரலாறு சம்பந்தமான சில உண்மைகளை நூதனமாகக் கண்டுபிடித்து அவற்றை இனிது விளக்கி நிலை நிறுத்தினார்.

இவரது ஆய்வுத் திறனைப் பாராட்டி ஐரோப்பிய சங்கம் கௌரவப் பட்டங்கள் பல வழங்கியது. இதன்மூலம் தென்னிந்தியாவுக்கோர் அருமையான ஆபரணமாக விளங்கினார் சுந்தரனார் என்பதைப் பலரும் அறிவர்.

அவ்வாறு புராதன சரித விசாரஞ் செய்து வருங்கால் கண்டுபிடித்த உண்மைகளுள் வெளிப்படுத்தியவை போக எஞ்சிய உண்மைகள் பல உள்ளன. அவற்றைத் தமது மனதுக்குத் திருப்தியாகவும் பூரணமாகவும் அறிந்துகொண்டு ஏனையோர்க்கு எளிதாகவும் இனிதாகவும் விளங்குமாறு வேண்டுவன சேர்த்து முறைப்படுத்தி எழுதி வெளிப்படுத்த உத்தேசித்திருந்தனர். தென்னிந்தியா செய்த தவக்குறையால் அந்த உத்தேசங்களை நிறைவேற்றுமுன் காலம் சென்றனர்' என்கிறார் வெ.ப.சு.

வையாபுரிப் பிள்ளை

இருபதாம் நூற்றாண்டின் முதன்மைத் தமிழ் ஆராய்ச்சி யாளர்களில் ஒருவரும், சிறந்த படைப்பாளியுமாகத் திகழ்ந்தவர் சா.வையாபுரிப் பிள்ளை

நெல்லை மாவட்டம் சிக்கநரசய்யன் பேட்டையில் பிறந்த இவர், பட்டப்படிப்பில் தமிழில் அதிக மதிப்பெண் பெற்று, 'சேதுபதி தங்கப்பதக்கம்' வென்றார். தமிழில் நல்ல புலமை பெற்றிருந்ததால், வழக்கறிஞர் பணிக்கு இடையே பல்வேறு ஆய்வுக் கட்டுரைகளை எழுதினார்.

பழந்தமிழ் இலக்கியங்களைத் தொகுத்து, ஆய்வு செய்து வெளியிட்டார். ஓலைச் சுவடிகளைப் புதுப்பித்ததுடன், கால நிர்ணய ஆய்வுகள் மூலம், அவை இயற்றப்பட்ட காலகட்டங் களைக் கண்டறிந்தார்.

மனோன்மணியம், நாலாயிர திவ்யப் பிரபந்தம் உள்ளிட்ட வற்றை உரையுடன் பதிப்பித்தார். உ.வே.சாமிநாத ஐயருக்குப் பிறகு பழந்தமிழ் இலக்கியங்களைத் தொகுத்து, ஆய்வு செய்து வெளியிட்ட பெருமை இவருக்கு உண்டு.

சென்னைப் பல்கலைக் கழகம் 1926ஆம் ஆண்டு உருவாக்கிய தமிழ் அகராதியின் பதிப்பாசிரியராகப் பணியாற்றினார். இவர் திருவிதாங்கூர் பல்கலைக்கழக தமிழ்த் துறைத் தலைவராகப் பணியாற்றிய நாட்கள் பொற்காலம் எனப் போற்றப்பட்டது.

படைப்பு, திறனாய்வு, பதிப்பு பணிகளுக்காகவே தன்னை அர்ப்பணித்த இவர், சென்னைப் பல்கலைக் கழகத் தமிழ் ஆராய்ச் சித் துறைத் தலைவராக இருந்தபோது பல ஆராய்ச்சியாளர்களை உருவாக்கினார்.

ரசிகமணி டி.கே.சி.யுடன் இணைந்து திருநெல்வேலியில் கம்பன் கழகம் அமைப்பைத் தொடங்கினார். வ.உ.சிதம்பரனார், பாரதியாரோடு நெருங்கிய பழக்கம் கொண்டிருந்தார். தமிழ், ஆங்கிலம் இரண்டிலும் புலமை பெற்ற இவர் சுமார் 250 கட்டுரைகளை எழுதியுள்ளார்.

களவியற்காரிகை, கம்பராமாயணம், தொல்காப்பியம், திருமந்திரம், திருமுருகாற்றுப்படை உட்பட சுமார் 40 நூல்களைப் பதிப்பித்தார். ஆயிரக்கணக்கான நூல்கள் கொண்ட நூலகத்தைச் சொந்தமாகவே வைத்திருந்தார்.

தமிழ் மொழியின் வளர்ச்சிக்கு 40 ஆண்டுகாலம் தொண்டாற்றிய இவர் ஆய்வுக் கட்டுரையாளர், திறனாய்வாளர், காலமொழி ஆராய்ச்சியாளர், மொழிபெயர்ப்பாளர், சொற்பொழிவாளர், எழுத்தாளர், கவிஞர் எனப் பன்முகப் பரிமாணம் கொண்டவராவார்.

பேராசிரியர் சுந்தரம் பிள்ளையைப் புகழ்ந்து பாராட்டி உள்ளார்.

'கடந்த நூற்றாண்டின் இறுதியில் பெரும்புகழ் பெற்று விளங்கிய தமிழ்ப் பெரியார்களுள் சிறப்பாக எடுத்துச் சொல்வதற்குரியவர்கள் அறுவர். அவர்கள், ராவ் பகதூர் சி.வை. தாமோதரம் பிள்ளை, வி. கனகசபைப் பிள்ளை, மாயூரம் வேதநாயகம் பிள்ளை, பூண்டி அரங்கநாத முதலியார், இராஜமய்யர் என்னும் சுப்பிரமணிய ஐயர், பெ. சுந்தரம் பிள்ளை.

இவர்கள் அனைவரும் ஆங்கிலம் கற்று மேனாட்டுக் கலைப் பண்பில் திளைத்துத் தம் தாய் மொழியாகிய தமிழ் மொழிக்கு ஒவ்வொரு வகையில் அருந்தொண்டு புரிந்தவர்கள்.

சி.வை. தாமோதரம் பிள்ளை தொல்

வையாபுரிப் பிள்ளை

காப்பியம் முதலிய பழந்தமிழ் இலக்கியங்களை ஆராய்ந்து பதிப்பித்து வெளியிட்டார்.

கனகசபைப் பிள்ளை பழந்தமிழ் நூல்களை ஆராய்ந்து தமிழரது பண்டை நாகரிகத்தைப் புலப்படுத்தினார்.

மாயூரம் வேதநாயகம் பிள்ளை இசைத் தமிழில் மேம்பட்டிருந் ததோடு, தமிழில் வசன நூலுக்கும் அடிகோலினார்.

பூண்டி அரங்கநாத முதலியார் தமிழாசிரியர்களை ஆதரித்து ஊக்கமளித்து வந்ததோடு, நம் பண்டைத் தமிழ் மரபு வழுவாதபடி பிரபந்தம் இயற்றினார்.

இராஜமய்யர் வேதாந்த விசாரணையில் வல்லவராக இருந்த தோடு, தமிழ்நாட்டில் நவீனகத்தின் தந்தையெனக் கூறுமாறு ஒரு நவீனகத்தை முதன்முதலாக அளித்தார்.

சுந்தரம் பிள்ளை தமிழ் இலக்கிய ஆராய்ச்சி, தமிழ் இலக்கிய சரிதம், தமிழ் நாடகம், தத்துவ நூற்புலமை இவற்றில் எல்லாம் மேம்பட்டுச் சிறந்த நூல்கள் இயற்றி இத்துறைகள் வளர்ச்சி அடைவதற்குக் காரணமாக இருந்தார்.

இந்த அறுவரும் கலாசாலைகளில் தமிழ் போதித்து வந்த தமிழ் ஆசிரியர்கள் அல்லர். இருவர் நீதிபதிகளாக இருந்தார்கள். ஒருவர் அஞ்சல் துறையில் பரிசோதகராக இருந்தார். மற்றொருவர் கணிதப் பேராசிரியர். இன்னொருவர் தத்துவத்துறைப் பேராசிரியர்.

பெ. சுந்தரம் பிள்ளை தத்துவ சாஸ்திரப் பேராசிரியராகவும், சிலாசானப் பரிசோதகராகவும் புகழ்பெற்றிருந்தார். இந்த அறுவரில் முதல்தரமான புதுநூல் இயற்றித் தமிழ்த் தொண்டு புரிந்தவர் சுந்தரம் பிள்ளையே' என்று தமது தமிழ்ச் சுடர்மணிகள் நூலில் புகழ்ந்து பாராட்டியுள்ளார் வையாபுரிப் பிள்ளை.

கவிமணி தேசிகவிநாயகம் பிள்ளை

குமரி மாவட்டம் தேரூரில் பிறந்த இவர் திருவாவடுதுறை ஆதீனம் சாந்தலிங்கத் தம்பிரானிடம் தமிழ் இலக்கிய, இலக்கணங்களைக் கற்றுத் தேர்ந்தார்.

இவரது இலக்கிய வெளிப்பாட்டில் ஒரு அறிவியல் கண்ணோட்டம் பிரதிபலித்தது. நாட்டின் பண்டைய வரலாற்றை அறிந்து கொள்ளும் ஆர்வம் காரணமாக கல்வெட்டு ஆராய்ச்சிகளில் ஈடுபட்டார்.

சுதந்திரப் போராட்டத்தில் காந்தியத்துக்கு ஆதரவாகக் கவிதைகளை எழுதியதால் 'விடுதலைக் கவிஞர்' எனவும் போற்றப்பட்டார்.

'மலரும் மாலையும்', 'ஆசிய ஜோதி', 'உமர்கய்யாம் பாடல்கள்', 'நாஞ்சில் நாட்டு மருமக்கள்வழி மான்மியம்', 'அழகம்மை ஆசிரிய விருத்தம்', 'கதர் பிறந்த கதை', 'குழந்தைச் செல்வம்' உள்ளிட்ட இவரது படைப்புகள் குறிப்பிடத்தக்கவை.

இவரது 'தேவியின் கீர்த்தனங்கள்' என்ற இசைப்பாடல் தொகுப்பில் இடம் பெற்ற பல பாடல்களை, இசைக் கலைஞர்கள் மேடைகளில் விரும்பிப் பாடினார்கள்.

இவரது சொற்பொழிவுகள் 'கவிமணியின் உரை மணிகள்' என்ற நூலாக வெளிவந்தது. சிறந்த மொழிபெயர்ப்பாளரான இவர் எட்வின் ஆர்னால்டின் 'தி லைட் ஆஃப் ஏஷியா' என்ற படைப்பைத் தழுவி 'ஆசிய ஜோதி' எனத் தமிழில் எழுதினார். பாரசீகக் கவிஞர் உமர் கய்யாமின் ஆங்கிலத்தில் மொழி பெயர்க்கப்பட்ட பாடல்களைத் தழுவி தமிழில் எழுதினார். 'மனோன்மணியம் மறுபிறப்பு' என்ற திறனாய்வுக் கட்டுரை எழுதியுள்ளார்.

'தேசியக் கவிஞர்', 'குழந்தைக் கவிஞர்', 'சமுதாயக் கவிஞர்', 'விடுதலைக் கவிஞர்', 'உணர்ச்சிக் கவிஞர்' என்றெல்லாம் போற்றப்பட்டார். 'தேசிய விநாயகத்தின் கவிப்பெருமை தினமும் கேட்பது என் செவிப்பெருமை' என நாமக்கல் கவிஞர் பாராட்டியுள்ளார்.

இத்தகைய பெருமைக்குரிய கவிமணியும் பேராசிரியர் சுந்தரம் பிள்ளையைப் பற்றி மனம் திறந்து பாராட்டியுள்ளார்.

'எங்கள் பெரியன் சுந்தரனே..' என்று கவிமணி மெய்மறந்து புகழ்ந்து பாடியுள்ளார். பேராசிரியர் சுந்தரம் பிள்ளையைப் பற்றி பதினோரு பாடல்களைப் பாடியுள்ளார்.

ஆரா அமுதம் அனைய தமிழ்வளர்த்த

பேராசிரியர் பெருமானைச்

சீராரும் வஞ்சிமா மன்னர் மதித்தகுண

சுந்தரனை நெஞ்சமே!

நித்தம் நினை!

என்று புகழ்கிறார் கவிமணி.

மட்டுமல்லாமல் அவரது மற்றொரு பாமாலையையும் நாம் இங்கே பார்க்கலாம்.

தாலம் புகழும் திருஞான
சம்பந் தப்பேர் முனிவாழ்ந்த
கால மதனை ஆராய்ந்து
கற்றோர் மெச்சக் கணித்திட்டோன்,
ஆலப் புழைமா நகருடைய
அறிஞன் பெருமாள் அரும்புதல்வன்,
சீலஞ் சிறந்த சுந்தரனைச்
சிந்தை மகிழ்ந்து போற்றுவமே

இத்துடன் கவிமணியின் புகழ்மாலை முற்றுப்பெறவில்லை.

தேடி வைத்த செல்வமெலாம்
திரைகொண் டோட வருந்திமுகம்
வாடி மெலிந்த தமிழணங்கு
மகிழ்ந்து மகிழ்ந்து கூத்தாட,
நாடும்அரிய மனோன்மணிய
நாட கத்தைச் செய்தளித்த
நீடு புகழோன் சுந்தரனை
நித்தம் நித்தம் போற்றுவமே

என்றும்,

தந்திரிக்குத் தந்திரியாய், தாசனுக்குத் தாசனாய்,
மந்திரிகள் மெச்சுமதி மந்திரியாய் - வந்துதித்த
இன்னருட் செல்வா! இராஜகோ பாலாநீ
மன்னுலகில் வாழ்க மகிழ்ந்து

என்றும் பேராசிரியர் சுந்தரம் பிள்ளையைப் புகழ்ந்து பாடி உள்ளார் கவிமணி.

இந்தப் பாடல்கள் அனைத்தும் 1947ஆம் ஆண்டு ஏப்ரல் மாதம் அவரால் எழுதப்பட்டவை. இன்றும் நிலைத்து நின்று மனோன்மணியம் சுந்தரம் பிள்ளையின் புகழை ஆழமாகப் பரப்பிக் கொண்டிருக்கின்றன.

பாரதிதாசன்

பாரதிதாசன்

இருபதாம் நூற்றாண்டின் இணையற்ற கவிஞராய், பாரதிக்குப்பின் வாழ்ந்த கவிஞர்களுள் தகுதியும், சிறப்பும் மிக்கவராய்த் திகழ்ந்தவர் பாவேந்தர் பாரதிதாசன்.

கொள்கையைப் பாடுவோராகவும், மக்கள் நலவாழ்வைப் பாடுவோராகவும், சமுதாய மலர்ச்சியைப் பாடுவோராகவும் விளங்கியவர்.

இயற்கையைப் பாடி இறவாப் புகழ்பெற்ற கீட்ஸ், ஷெல்லி போன்ற ஆங்கிலக் கவிஞர்களுக்கு இணையானவர் என்பதைக் காட்டிலும், இயற்கையின் அழகுக் கூறுகளைப் பாடும்போதும் மக்கள் நலனையே மனதில் கொண்டு பாடியவர்.

அதனால் அவர்களினும் உயர்ந்து காணப்படுகின்றார் பாவேந்தர்.

தமிழ் இலக்கியத் துறையிலும், சமுதாயத் துறையிலும் அழிக்க முடியாத அடையாளங்களை விட்டுச் சென்ற ஒரு மாபெரும் மக்கள் கவிஞர்.

இந்திய நாடு ஆங்கிலேயருக்கு அடிமைப்பட்டிருந்த போது, விடுதலை இயக்கத்தில் ஈடுபட்டு, நாட்டின் விடுதலையைக் குறிக்கோளாகக் கொண்டு பல பாடல்களைப் பாடியவர் பாவேந்தர்.

இத்தகைய சிறப்புமிக்க அவர் தன்னலம் துறந்து தமிழுக்காகவே உழைத்து உயிர்நீத்த பேராசிரியர் சுந்தரம் பிள்ளையின் சிறப்பை வியந்து பாராட்டிப் பாடியுள்ளார்.

நான் பெற்ற மக்களில் சுந்தரன் சிறந்தவன்

நற்றமிழ் காக்கத் தன்னலம் துறந்தவன்

தேன் போன்ற தமிழை வளர்க்கப் பிறந்தவன்

செந்தமிழ்க் குழைத்தே இறந்தவன்

இவ்வாறு தமது நெஞ்சத்தில் விம்மிப் பெருகும் சுந்தரனாரின் பெருமையை நினைத்துப் பூரித்துப் போனார் பாவேந்தர்.

அதாவது தமிழ்த்தாய் தமது மைந்தன் சுந்தரனாரைப் பாரதி தாசனுக்கு அறிமுகம் செய்து கொடுப்பதைப் போல இந்தப் பாடலைப் புனைந்து தமிழுக்கும், தமிழ் வளர்க்கப் பாடுபட்ட சுந்தரம் பிள்ளைக்கும் புகழ்மாலை சூட்டியுள்ளார்.

பேராசிரியர் ஈ.த. இராஜேஸ்வரி அம்மையார்

தமிழ் இலக்கிய நூல்களில் மறைந்துள்ள அறிவியல் உண்மைகளைத் தெளிவாக எடுத்துக் காட்டியவர் இராஜேஸ்வரி அம்மையார்.

தமிழ் இலக்கியம், அறிவியல் ஆகிய இரு துறைகளிலும் இவர் சிறந்து விளங்கினார்.

திருமந்திரம், தொல்காப்பியம், கைவல்யம் போன்ற நூல்களில் உள்ள அறிவியல் உண்மைகளைத் தெளிவுபடச் சொற்பொழிவு ஆற்றுவதில் வல்லவராகத் திகழ்ந்தார்.

இவரிடம் அறிவியல் எளிமைத் தமிழில் அழகுற உலா வந்ததை அனைவரும் அறிவர். சென்னை மேரி ராணியார் கல்லூரியில் அறிவியல் பேராசிரியராகப் பணியாற்றினார். இளமையிலேயே தமது பூவுலக வாழ்வை முடித்துக் கொண்டார்.

சூரியன், பரமாணுப் புராணம் போன்ற பல்வேறு அறிவியல் நுல்களை எழுதியுள்ள இவர், சுந்தரம் பிள்ளையைப் பாராட்டி எழுதியுள்ளார்.

'நாட்டுப் பற்றினை ஊட்டும் பாடலைத் தமிழ்நாட்டிற்குப் புத்தமுத விருந்தாகத் தந்தவர் சுந்தரம்பிள்ளை. தமிழ் மொழிப் பற்றும் தமிழ்நாட்டுப் பற்றும் இவர் விளைத்த பயிர்களே. மொழிப் பற்று, நாட்டுப்பற்றோடு இனப்பற்று என்ற வேள்வித் தீயையும் தம் அறிவுத்தீ கொண்டு மூட்டித் தம் உணர்ச்சி நெய் கொண்டு வளர்த்து வேள்வித் தடமாக என்றென்றும் நின்றோங்கத் தமிழ் மக்களுக்கு அளித்துள்ளார்' என்று தமது 'சுந்தர பிம்பம்' என்ற கட்டுரையில் சுந்தரம் பிள்ளையை வியந்து போற்றியுள்ளார்.

ராஜாஜி

பழைய சேலம் மாவட்டத்தின் ஒரு பகுதியாக இருந்த ஓசூருக்கு அருகில் உள்ள தொரப்பள்ளி கிராமத்தில் எளிய குடும்பத்தில் பிறந்தவர் சி. ராஜகோபாலாச்சாரி என்னும் ராஜாஜி.

பின்னர் பாரதத் திருநாட்டின் மாபெரும் பதவியான கவர்னர் ஜெனரல் பதவியை வகித்த பெருமைக்கு உரியவர்.

சேலத்தில் ஒரு வழக்குக்கு ஆயிரம் ரூபாய் ஊதியம் பெறும் புகழ்பெற்ற வழக்கறிஞராக வலம்வந்த ராஜாஜி, காந்தியின் ஒத்துழையாமை இயக்கத்தில் ஈடுபட்டு வழக்கறிஞர் தொழிலில்

இருந்து விடுபட்டார்:

நகரசபைத் தலைவராக இருந்தவரை ஊதியம் பெறாமல் ஒவ்வொரு நாளும் ஆறு மணி நேரம் நகரசபை அலுவலகத்தில் சமூகக் கடனாற்றினார்.

மதுவிலக்கு ஒன்றையே தனது உயிர்க் கொள்கையாகக் கொண்டிருந்தார்.

வெள்ளையர் ஆட்சியில் சென்னை மாகாண முதல்வராகப் பொறுப்பேற்று மூன்று மாதங்கள் முடிவதற்கு முன்பே தன்னுடைய சொந்த மாவட்டமான சேலத்தில் மதுவிலக்கை நாட்டிலேயே முதன்முறையாக நடைமுறைப்படுத்தினார்.

தமது எழுத்தாற்றலால் ஆங்கில இலக்கியத்திற்கு சிறப்பாகப் பங்களித்துள்ளார். தமிழிலும் இராமாயணம் மற்றும் மகாபாரதம் காவியங்களை மொழிபெயர்த்துள்ளார்.

இவர் கல்கி மற்றும் ரசிகமணி டி.கே.சியுடன் இணைந்து குற்றாலத்தில் இலக்கிய ஆய்வுகள் நடத்தினார்.

புகழ்பெற்ற கர்நாடக இசைப்பாடலான ‘குறை ஒன்றும் இல்லை, மறை மூர்த்தி கண்ணா’ இவர் இயற்றிய பாடலே.

சக்கரவர்த்தித் திருமகன், வியாசர் விருந்து, கண்ணன் காட்டிய வழி, பஜகோவிந்தம் ஆகிய நூல்களை எழுதியுள்ளார்.

மூதறிஞர் ராஜாஜி கவர்னர் ஜெனரலாகப் பதவி வகித்தபோது ஒருநாள் பேராசிரியர் சுந்தரனாரின் புதல்வரும், திருவிதாங்கூர் சமஸ்தானத்தின் பிரதிநிதியுமான நடராஜ பிள்ளை சந்திக்க நேரம் ஒதுக்கப்பட்டிருந்தது.

சந்தித்துப் பேசும் காலம் பதினைந்து நிமிடங்கள் மட்டுமே என்பது முன்னரே நிர்ணயிக்கப்பட்டிருந்தது.

பேராசிரியர் சுந்தரம் பிள்ளையின் மகனோடு உரையாடப் போவதை எண்ணிப் பெரிதும் உற்சாகமும் மகிழ்ச்சியும் அடைந்த ராஜாஜி, தமது இருப்பிடத்தில் இருந்து எழுந்து நடராஜப் பிள்ளையைக் கட்டியணைத்து வரவேற்றார்.

பின்னர் இருவரும் உரையாடத் தொடங்கினார்கள்.

ஒதுக்கப்பட்ட காலஅளவு முடிந்துவிட்டது.

ஆனால் நடராஜப் பிள்ளை அறையில் இருந்து வந்தபாடில்லை.

ராஜாஜி

கவர்னர் ஜெனரலின் அந்தரங்கச் செயலாளருக்கு என்ன செய்வதென்று தெரியவில்லை.

குழப்பத்துடனும் பரபரப்புடனும் வெளியே தவியாய்த் தவித்துக் கொண்டிருந்தார்.

இவரது தவிப்பை அறிந்த பிள்ளையின் தனிச் செயலாளர், சுந்தரம் பிள்ளையைப் பற்றி நடராஜப் பிள்ளையிடம் துருவித் துருவிக் கேட்டறிந்து கொண்டிருக்கிறார் ராஜாஜி என்ற விவரத்தைக் கூறினார்.

அந்த அளவிற்கு பேராசிரியர் சுந்தரம் பிள்ளையின் அறிவாற்றல் மீது ஆர்வம் கொண்டிருந்தார்.

அவர்கள் உரையாடல் சுமார் இரண்டு மணி நேரம் வரை நீடித்தது.

'பேரறிஞர் சுந்தரம் பிள்ளையின் புதல்வரான தங்களை நேரில் கண்டு தந்தையாரைக் குறித்துப் பேசும் வாய்ப்புக் கிடைத்த

இன்றைய தினம் என் வாழ்க்கையில் ஒரு திருநாள். பேராசிரியரோடு உரையாடும் உணர்வுடனேயே உங்களோடும் உரையாடுகிறேன்.

'உரிமை மேல் ஆண்மை பாராட்டார் சாந்தம் பெருமையில் பிணத்திற் பிறந்ததோர்சீதம்..' என்பது போன்ற மனோன் மணியத்தின் பலநூறு பாடல் வரிகள் என் அறிவுக்குக் கிடைத்த பெரும் விருந்து.

ஞானி விவேகானந்தரே வியக்குமளவிற்கு கருத்துக்கள் விளம்பிய பெருமகனாரின் புதல்வரோடு உரையாடிய மகிழ்ச்சி என் இதயத்தில் என்றென்றும் கொலுவீற்றிருக்கும்.

அந்தப் பேராசிரியப் பெருந்தகையைப் புகழ் ஏணியில் நின்று ஒளிவீசும் சுந்தரம் பிள்ளையை என்னால் மறக்கவே முடியாது' என்று உணர்ச்சிப் பிழம்பாகப் பேசினார் ராஜாஜி.

கடைசியில் கவர்னர் ஜெனரலுக்குரிய மரபுகளை மீறி நடராஜ பிள்ளையுடன் தமிழ்ப் பண்பாட்டு உணர்வோடு ஒன்றாக நடந்துவந்து காரில் ஏறிப் புறப்பட்டுச் செல்லும் வரைக் காத்திருந்து கைகூப்பி வழியனுப்பி வைத்தார்.

கே.என். சிவராஜப் பிள்ளை

நாஞ்சில் நாட்டில் பிறந்து காவல்துறையில் பணியாற்றிய சிவராஜப் பிள்ளை பின்னர் பத்திரிகை ஆசிரியராக விளங்கினார். அப்புறம் சென்னைப் பல்கலைக் கழகத் தமிழ்த்துறைத் தலைவராக உயர்ந்தார்.

தமிழ், ஆங்கிலம் ஆகிய இரு மொழிகளிலும் ஆழ்ந்த புலமை கொண்டிருந்தார். இலக்கிய ஆர்வம் மிகுந்த இவர் கவிஞராகச் சிறந்து விளங்கினார்.

சுந்தரம் பிள்ளை ஆசிரியராக இருந்த 'பீபிள்ஸ் ஒப்பீனியன்' என்னும் ஆங்கிலப் பத்திரிகையின் துணை ஆசிரியராகப் பணியாற்றியவர் சிவராஜப் பிள்ளை. சுந்தரனாரின் தூரத்து உறவு முறையும்கூட.

'இந்தியாவின் குறிக்கோள்' என்னும் பொருளில் ஆங்கிலத்தில் இவர் எழுதிய ஐந்து கட்டுரைகள் பின்னர் அமெரிக்க பதிப்பகம் ஒன்றால் நூலாக வெளியிடப்பட்டது.

கம்பனின் சொற்களாலேயே கம்பனைப் புகழும் வித்தையைக் கொண்டவர் கவிஞர் சிவராஜ பிள்ளை.

20ஆம் நூற்றாண்டுத் தமிழியல் ஆய்வு வளர்ச்சியில் சிவராஜ பிள்ளையின் பங்களிப்பு விரிவானது. இதுவே பின்னர் ஆய்வு மரபுக்கு முன்னோடியாகவும் தொடக்கமாகவும் அமைந்தது என்பது மறுக்க முடியாத உண்மை.

ஓய்வுபெற்ற பிறகு நாகர்கோவிலிலேயே தங்கி 'ஜனமித்திரன்' என்னும் தமிழ்ப் பத்திரிகையை நடத்திவந்தார்.

நான்கு பெரும் தலைப்புகளில் 87 உப தலைப்புகளில் வரலாற்றுக் காலத்திற்கு முற்பட்ட திராவிடர்களின் பண்பாட்டைத் தீவிரமாக ஆய்வு செய்தார் இவர்.

இத்தகைய திராவிட ஆராய்ச்சி செய்வதற்கு முழுமுதல் தூண்டுகோலாகத் திகழ்ந்தவர் பேராசிரியர் சுந்தரனார் என்றால் அது மிகையல்ல.

கே.என். சிவராஜப் பிள்ளை

திருவனந்தபுரம் புத்தன்சந்தை என்னும் இடத்தில் 'சைவப் பிரகாச சபை'யில் தமிழ் ஆராய்ச்சிகளில் தன்னையும் ஆர்வத்தோடு இணைத்துக் கொண்டார்.

கணபதி ஆச்சாரியார்

குமரி மாவட்டம் நாகர்கோவில் கோட்டாற்றில் வாழ்ந்தவர் கணபதி ஆச்சாரியார். சிறந்த அறிஞர். தமிழ்ப் புலமை மிக்கவர். பேராசிரியர் சுந்தரம் பிள்ளையின் நெருங்கிய நண்பர்.

இலக்கிய, இலக்கண நூல்களைக் கற்றுத் தமிழில் புலமை படைத்த கணபதி ஆச்சாரியார் 4,500 பாடல்கள் அடங்கிய சாணக்கிய சூத்திரம் என்னும் நூலைப் படைத்துள்ளார்.

அத்துடன் 3 ஆயிரம் பாடல்களைக் கொண்ட திருச்செந்தூர் திருவிளையாடல் புராணம் என்னும் காவியத்தையும் எழுதியுள் ளார்.

இவ்விரு நூல்களையும் அச்சிட்டு வெளியிட ஆவலுற்ற அவர், அதற்காகச் சுந்தரம் பிள்ளையைச் சந்திக்க விரும்பினார். பலமுறை முயன்றும் ஏனோ அவரைச் சந்திக்கவே முடியவில்லை. கடைசியில் தமது நோக்கத்தை விளக்கமாக எழுதி அந்த நூல்களை சுந்தரனாருக்கு அனுப்பி வைத்தார்.

அதனைப் படித்துப் பார்த்த சுந்தரம் பிள்ளை, உடனடியாகப் பதில் கடிதம் அனுப்பினார்.

கணபதி ஆச்சாரியின் திறமையை வியந்து பாராட்டி எழுதியிருந்தார்.

கடல்சூழ் புவிக்குக் கருது நான் கெல்லையில்
இடம்பெறு தென்றிசைக் கெல்லையா விருந்த
நுமது நாட்டுக் குமரிக் கோடி போல்
நீவிரும் தமிழ்க்கோர் நிலைபெறும் எல்லையே
ஆவீர் என்ப; ஆயினும் குமரிக்
கோடி கோடியே; நீயிரோ, கோட்டமில்ஏகர்

என்று பாடலாகவே பதில் எழுதினார் சுந்தரம் பிள்ளை.

மேலும் நேரில் கண்டு கலந்துரையாடி மகிழும் வாய்ப்பை இழந்தமையால் ஏற்பட்ட வருத்தத்தையும், சொற்சுவையும், பொருட்

பொலிவும், கற்பனை நயமும் நிரம்பித் துளும்பிப் பக்தி மணம் கமழப் படைத்த இருபெரும் காவியங்களைத் தமது பார்வைக்கு அனுப்பிய மகிழ்ச்சியையும் பகிர்ந்து கொண்டார்.

இரு காவியங்களையும் அச்சில் பதிப்பிக்கத் தன்னாலான அனைத்து உதவிகளையும் செய்வதாகவும் உறுதிபடத் தெரிவித்தார் சுந்தரம் பிள்ளை அக்கடிதத்தில்.

பாடல் உருவில் வந்த பதில் கடிதத்தில் இலக்கிய இன்பம் ஒளிவீசுவதைக் கண்டு மகிழ்ச்சியின் உச்சத்தைத் தொட்டார் கணபதி ஆச்சாரியார்.

மூலம் திருநாள்

திருவிதாங்கூர் மன்னரான இவர் 1885ஆம் ஆண்டு முதல் 1924ஆம் ஆண்டு வரை ஆட்சி செய்தார். மன்னராக இருந்த போதிலும் சுந்தரம் பிள்ளையோடு சகத் தோழரைப் போலவே பழகினார் மூலம் திருநாள்.

சுந்தரனாரின் மதிநுட்பம், பேரறிவு, ஒழுக்கம், திறன்களை மனம் திறந்து மெச்சியவர் மன்னர்.

பாழடைந்து பாதுகாப்பற்றுக் கிடந்த தொல்பொருள் கல்வெட்டுக்களை ஆராய்ச்சி செய்து உண்மைகளை வெளிக் கொண்டு வருவதற்கு வேண்டிய அனைத்து உதவிகளையும் செய்து சுந்தரம் பிள்ளைக்கு ஆக்கமும் ஊக்கமும் அளித்தார்.

முன்கோபியாக இருந்த மன்னரின் கோபம், சுந்தரனாரிடம் மட்டும்தான் கட்டுக்குள் அடங்கிக் கிடந்தது. சுந்தரம் பிள்ளையைப் பார்த்தால் கோபக் குறியே காட்டாத சாந்தமான குணசீலராகவே காட்சியளிப்பார் மூலம் திருநாள்.

மன்னர் கோபத்தில் கடுமையாக நடந்து கொண்டால் அரண்மனையில் உள்ள முதியோர் மாலை வேளையில் சுந்தரம் பிள்ளையின் வருகைக்காகப் பொறுமையோடு காத்திருப்பார்கள். அந்த அளவிற்கு சுந்தரம் பிள்ளையின் மீது மதிப்பும் பற்றும் மன்னருக்கும், அரண்மனை வாசிகளுக்கும் உண்டு.

தினமும் மாலை வேளையில் அரண்மனைக்கு வந்து மன்னரோடு தனித்து உரையாடி மகிழ்வது சுந்தரனாரின் வழக்கம்.

'நன்மையின் இருப்பிடம்' என்றால் அது பேராசிரியர் சுந்தரம் பிள்ளைதான் என்ற உறுதியான கருத்தை அங்குள்ளோர் அனைவருமே கொண்டிருந்தனர்.

‘ராஜபாதை’ என்பது திருவனந்தபுரம் முக்கிய போக்குவரத்துப் பாதையாகும். மன்னர் மூலம் திருநாளின் அரண்மனை கிழக்குக் கோட்டை தெற்கு வீதியில் அமைந்திருக்கும் கிருஷ்ண விலாஸ் அரண்மனை.

ராஜபாதை வழியாக குதிரை பூட்டிய புதுவகையான வண்டி ஒன்று கிழக்குக் கோட்டை நோக்கிச் செல்கிறதென்றால் அனைவருக்கும் தெரியும், அது பேராசிரியர் சுந்தரம் பிள்ளை மன்னரைச் சந்திக்கச் செல்கிறார் என்ற உண்மை.

திருமணமாகிப் பதினான்கு ஆண்டுகளுக்குப் பிறகே சுந்தரம் பிள்ளைக்குக் குழந்தை பாக்யம் கிட்டியது. பி.எஸ். நடராஜ பிள்ளை என்ற மகன் பிறந்தான்.

குழந்தை பிறந்த தகவல் கிடைத்ததும் மன்னர் மூலம் திருநாள் ஏக சந்தோஷம் அடைந்தார். குழந்தை பிறந்த நேரம், நட்சத்திரம் முதலிய விவரங்களை உடனே அறிந்து வருமாறு அரண்மனை ஊழியர்களுக்கு உத்தரவிட்டார். ஜாதகத்தையும் உடனடியாகத் தயாரிக்க ஆணையிட்டார்.

சுந்தரம் பிள்ளை மன்னரைச் சந்தித்து விவரம் தெரிவிக்கும் முன்பாகவே குழந்தையின் ஜாதகத்தையே மன்னர் தயாரித்து விட்டது குறிப்பிடத்தக்கது.

‘சுந்தரம் பிள்ளைக்குப் பன்னிரெண்டாம் வியாழனில் புதல்வன் பிறந்திருக்கிறான்’ என்று அரண்மனையில் அனைவரிடமும் அரசர் அறிவித்தார்.

சில தினங்கள் கழித்து பொன்முடி என்னும் இயற்கை எழில் சூழ்ந்த இடத்திற்குச் செல்லும்போது பேரூர்க்கடையில் உள்ள சுந்தரனார் இல்லத்திற்குச் சென்று, அவரின் குழந்தைக்கு திருவனந்தபுரம் பத்மனாபசுவாமி கோயிலின் பால் அமுதத்தை ஊட்டினார் மன்னர்.

அப்போது குழந்தையின் ஜாதகத்தைப் பற்றி சுந்தரம் பிள்ளை யிடம் மன்னர் அறிவித்தார் என்றும், அதுபற்றிச் சுந்தரனார் அரசருடன் அளவளாவினார் என்றும் கூறப்படுகிறது.

‘பன்னிரெண்டாம் வியாழனில் பிறந்தவருக்கு செல்வம் சேர்த்து வைப்பதால் பயனில்லை. பதினொன்றாம் வியாழனில் பிறந்தவருக்கு மற்றவர்கள் செல்வம் சேர்த்துக் கொடுக்க வேண்டியதும் இல்லை’ என்ற ஜோதிடத்தின் உண்மை நிலையை மன்னர் அறிந்திருந்தார்.

மூலம் திருநாள்

பூரட்டாதி நட்சத்திரத்தில் பிறந்த மகனின் ஜோதிடத்தின்படி பிற்காலத்தில் அவ்வாழ்க்கை எவ்வாறு இயங்கும் என்று தம்மால் அறிய முடிந்த அனைத்தையும் மன்னர் விளக்கிக் கூறினார்.

'தயவும் கொடைக் குணமும் தோய்ந்த இதயங் கொண்ட நடராஜ பிள்ளையின் பொது வாழ்க்கை அறிவுத் திறனில் ஒளி

மிகுந்து பிரகாசிக்கும். ஆனால் தற்போது எத்தகைய செல்வச் செழிப்பு இருந்தாலும் பின்னர் அவரை வறுமை சூழும். வாழ்வை அலைக்கழிக்கும்.

ஆகவே செல்வச் செழிப்பில் பிறந்த உற்ற நண்பரின் புதல்வருக்குப் பிற்காலத்து உதவி என்ற முறையில் அரண்மனை சார்பில் நடராஜ பிள்ளையின் வாழ்நாள் முழுவதும் 'அடித்தூண்' என வழங்கும் ஓர் உதவித் தொகையை மாதந்தோறும் வழங்க உத்தரவிட்டார் மன்னர்.

வேண்டாம் என்பதற்காக சுந்தரம் பிள்ளை எவ்வளவோ வாக்குவாதம் செய்தும் தன் முடிவில் இருந்து மாறுவதற்கு மறுத்து விட்டார் மன்னர்.

இந்த 'அடித்தூண்' என்னும் உதவித் தொகையை சுந்தரனாரின் மகன் நடராஜ பிள்ளை பிற்காலத்தில் பெற்று வந்தது குறிப்பிடத்தக்கது.

'ஸ்ரீமூலம் திருநாளின் பிரீதிக்குப் பாத்திரமாக அடித்தூண் உத்தரவுக்கு அடிபணிந்தேன்' என்று தமது குறிப்புப் புத்தகத்தில் குறிப்பிட்டார் சுந்தரம் பிள்ளை.

மூலம் திருநாள் குறிப்பிட்டதைப்போல அறிவும், வள்ளல் தன்மையும் கொண்டவராகத் திகழ்ந்தார் நடராஜ பிள்ளை. அவரது வீட்டிற்குச் சென்றவர் எவரும் வயிறும், மனமும் நிறையாமல் திரும்பியதே கிடையாது.

அதேபோல குபேர வாழ்வை வாழ்ந்தார். மூலம் திருநாள் மன்னரால் 1904ஆம் ஆண்டு அமைக்கப்பட்ட ஸ்ரீமூலம் சட்டசபை என்ற அவையில் 1916ஆம் ஆண்டு தமது 25வது வயதில் எதிர்ப்பே இல்லாமல் உறுப்பினராகத் தேர்ந்தெடுக்கப்பட்டார்.

சுதந்திர இந்தியாவில் திருவிதாங்கூரின் பிரதிநிதியாக செயல் பட்டார். இது மாநில அமைச்சர் பதவிக்கு நிகரானது.

இவ்வாறு சிறப்பாக வாழ்ந்த நடராஜப் பிள்ளை கடைசியில் ஓலைக் குடிசையில் வறுமையின் கொடிய கரங்களுக்குள் சிக்கி வாழ்ந்தார் என்பது சோகமான உண்மை.

'என் கண்கள் ஒளியிழந்தன. என்னை இருள் சூழ்ந்துவிட்டது' என்று சுந்தரம் பிள்ளை இறந்தபோது மனம் குமுறிப் பேசினார் மன்னர் மூலம் திருநாள்.

8

ஆங்கிலேயர்களின் பாராட்டு

மனோன்மணியம் சுந்தரனாரின் திறமையை நம்மவர்கள் மட்டுமல்லாமல் ஆங்கிலேயர்களும் கண்டு வியந்துபோனார்கள் என்பது புல்லரிக்க வைக்கும் உண்மை.

கல்லூரியில் பேராசிரியர் பணியில் இருந்தபோது மாணவர்களுக்குப் பாடம் கற்பிக்கும் இவரது திறனைக் கேட்டறிந்தனர் ஆங்கிலேயர்களான பேராசிரியர்கள் ஸ்டீபன்ஸ் மற்றும் பிஷப் ஆகியோர்.

ஒருநாள் இருவரும் மறைந்து நின்று அவர் பாடம் கற்பிக்கும் விதத்தை பார்த்தனர். தெளிவும், திருத்தமுமாக ஆங்கிலச் சொற்களை சுந்தரம் பிள்ளை அள்ளி வீசிய பாங்கையும், பாடம் கற்பிக்கும் முறையையும் கண்டு வியந்து போனார்கள்.

அதனை அக்கல்லூரி முதல்வர் மற்றும் ஏனைய பேராசிரியர்களிடம் பெருமையாகப் பேசி உள்ளம் மகிழ்ந்து போயினர்.

இத்தகைய பாராட்டு அக்கல்லூரியையும் தாண்டி பல இடங்களிலும் பேராசிரியரின் புகழைப் பரவச் செய்தது.

தனது துறை சார்ந்த பாடங்களில் மட்டுமே மட்டற்ற அறிவு இருந்தால் போதுமென்ற மனநிலை சுந்தரனாரிடம் கிடையாது.

அனைத்துத் துறைகளையும் சார்ந்த பாடங்களைக் கற்பிப்பதிலும் மிகச் சிறந்த பேராசிரியராக அவர் விளங்கினார்.

திருவனந்தபுரம் மகாராஜா கல்லூரியில் தத்துவப் பேராசிரியர் ஆகவும், பின்னர் அரசினர் மகளிர் கல்லூரியில் முதல்வராகவும் பணியாற்றிய டாக்டர் எ.எஸ். நாராயண பிள்ளை என்பவர் 1956 ஆம் ஆண்டு பல்கலைக் கழகப் பேரவைக் கூட்டத்தில் பங்கேற்பதற்காக லண்டன் சென்றிருந்தார்.

அங்கு திருவனந்தபுரம் மகாராஜா கல்லூரி முதல்வராகவும், சுந்தரனாரின் ஆசிரியராகவும் விளங்கிய ஜான் ராஸ் துரையின் புதல்வர் யு.டி. ராஸும் அங்கு சென்றிருந்தார்.

நாராயண பிள்ளையும், ராஸும் சந்தித்து உரையாடினார்கள். அப்போது தமது தந்தையார் ஜான் ராஸுடன் திருவனந்தபுரம் அரசினர் மகளிர் கல்லூரியின் தென்புறத்தில் 'ராஸ் ஹவுஸி'ல் வசித்ததை ராஸ் நினைவுபடுத்தி, அந்த நினைவுகளை விரிவாகவே நாராயண பிள்ளையோடு பகிர்ந்து கொண்டார்.

அதே ராஸ் ஹவுஸ் இன்று ரோஸ் ஹவுஸ் என்ற பெயரில் அழைக்கப்படுகிறது.

தமது தந்தை ஜான் ராஸ் சுந்தரம் பிள்ளையைப் புகழ்ந்து கூறிய புகழுரைகளை அப்போது நினைவுகூர்ந்தார் யு.டி. ராஸ்.

'பாடம் கற்பிக்க வேண்டுமென்றால் பண்பு நிறைந்த, அறிவு சிறந்த என் அன்பு மாணவன் சுந்தரம் பிள்ளையிடம் பயிற்சி பெற வேண்டும்' என்று அடிக்கடி அவரது தந்தை ஜான் ராஸ் கூறுவார் என்பதை அப்போது நினைவுபடுத்தி உணர்ச்சிவசப் பட்டார்.

அன்றைய காலக்கட்டத்தில் திருவிதாங்கூர் அரசில் பல்வேறு துறையிலும் பணியாற்றத் தேவையான வாய்ப்புகள் இருந்தன.

ஆனாலும் ஆசிரியர் தொழிலையே சுந்தரனார் பெரிதும் விரும்பினார்.

ஆசிரியராகப் பணியாற்றினாலும் தம்மையும் ஒரு மாணவனாகவே நினைத்துக் கொண்டுதான் செயலாற்றினார்.

மறுநாள் வகுப்பில் நடத்த வேண்டிய பாடங்களை முதல்நாளே வீட்டில் வைத்து நன்றாகத் தயார் செய்து கொள்வார்.

மாணவர்களுக்குப் புரியும்விதமாக எளிமையாக அதனை விளக்கிக் கூறுவார்.

மகவின் கரம்பற்றி முன்றா ணடந்து
வளமேவு நடைகாட்டி மகிழன்னை போலுந்
தகமுன்பு தாமாடி நடனம் பயிற்றுந்
தகையோர்கள் போலுஞ் சகத்தோர் செவிக்கட்
புகவேநல் வழியோது புரையற்ற புனிதர்
பொறைசீல மன்பீகை புகழ்வாய்மை விரதம்
பகர்கின்ற சுகுணங்கள் யாவிற்கு மவரோர்
பதியாகி விதியாகி மதியோது வாரால்

வேதநாயகம் பிள்ளையின் நீதிநூலில் வரும் இப்பாடல் சுந்தரனாரின் திறமையைத் துல்லியமாக ஒப்பிடும் வகையில் அமைந்துள்ளது.

பிள்ளையை நடைபயிற்றுவிக்கும் தாய், அப்பிள்ளையின் கையைப் பிடித்து நடக்கச்செய்து தானும் உடன்நடந்து சென்று மகிழ்வள்.

கூத்துப் பயிற்றுவிக்கும் கூத்தர், ஆடுவாரை ஆடச்செய்து தாமும் உடன் ஆடிக்காட்டுவர்.

அதுபோல மெய்யுணர்வு கைவரப்பெற்ற குற்றமில்லாத மேலோர், பேரன்பு வாய்ந்த மாணவராம் அடியவர் குழாங்களுக்கு உபதேசம் செய்து, உறுதிமொழி மொழிந்து, தாம் சீலம், அன்பு, ஈகை, வாய்மை, நோன்பு முதலிய நற்பண்புகள் யாவற்றுக்கும் ஓர் `உறைவிடமாய்த் திகழ்வார்.

இவர் பேசும் ஆங்கிலச் சொற்களின் அழகிய உச்சரிப்பில் சொக்கி நின்ற ஆங்கிலேயர்கள் ஓரிருவர் கிடையாது. பலர்.

இவரது அழகு, இனிமை, சுவை ததும்பும் சொல்வன்மை

அவரது ஆசிரியர் தொழிலுக்கு ஆக்கமும் ஊக்கமும் ஊட்டியது என்று உறுதியாகச் சொல்ல முடியும்.

பேராசிரியர் உரைநிகழ்த்த இருக்கிறார் என்று தெரிந்தால் உடனடியாக அறிஞப் பெருமக்களும், கல்வியாளர்களும் தங்களின் எந்த முக்கியமான அலுவலாக இருந்தாலும், அதனை நிறுத்திவிட்டு அவரது பேச்சைக் கேட்க வந்து குவிந்து விடுவார்கள்.

சுந்தரனார் பாடம் எடுக்கிறார் என்றால் மாணவர்களிடம் உற்சாகம் பிறந்துவிடும்.

அத்தனை மாணவர்களும் தவறாமல் அங்கே ஆஜர் ஆகிவிடுவார்கள்.

இதற்குக் காரணம் என்னவென்றால், சிரிப்பூட்டிச் சிந்தனையை வளர்க்கும் ஒப்பற்ற ஆற்றல் படைத்ததாக இருந்தது அவர் கற்பிக்கும் முறை.

கடினமான பாடங்களைக்கூட நகைச்சுவை என்னும் தேனில் கலந்து அதன் கடினத்தன்மை தெரியாதபடி பாடம் நடத்துவதில் கைதேர்ந்து விளங்கினார் பேராசிரியர் சுந்தரம் பிள்ளை.

சிரிப்பு என்பது உயிரினங்களில் மனிதனுக்கு மட்டுமே சொந்தமானது.

நன்றியுள்ள நாயால் சிரிக்க முடியாது.

பால் தரும் பசுவால் சிரிக்க முடியாது.

முட்டை தரும் கோழியால் சிரிக்க முடியாது.

தோகைவிரித்து அழகுகாட்டும் மயிலால் சிரிக்க முடியாது.

பயமுறுத்தும் சிங்கத்தாலும் சிரிக்க முடியாது.

மழலை மொழி பேசும் கிளியாலும் சிரிக்க முடியாது.

ஆனால் மனிதர்களால் மட்டுமே சிரிக்க முடியும்.

அப்படிப்பட்ட அற்புதமான ஒன்றை இறைவன் மனிதனுக்கு வழங்கி இருக்கும்போது அதை ஏன் நாம் பயன்படுத்தாமல் இருக்க வேண்டும்?

அதைத்தான் பயன்படுத்தினார் சுந்தரம் பிள்ளை.

எனவேதான் அவரது பேச்சு பலராலும் ரசிக்கப்பட்டது.

9

நடராஜ பிள்ளை

மனோன்மணியம் சுந்தரம் பிள்ளையின் ஒரே வாரிசுதான் பி.எஸ். நடராஜ பிள்ளை. அவர் ஹார்வி இல்லத்தில் வசித்து வந்தார். தன் தந்தையின் சொத்தான 90 ஏக்கர் நிலத்தில், வீடு இருந்த 12 ஏக்கர் நிலத்தை மட்டும் வைத்துக்கொண்டு மீதி இடங்களை ஏழைகளுக்குத் தானமாக வழங்கினார்.

சுதந்திரப் போராட்டத்தில் ஈடுபட்ட அவர், திருவிதாங்கூர் சமஸ்தானத்தின் முதல் காங்கிரஸ் தலைவர் ஆவார். 1916ஆம் ஆண்டு மன்னராட்சி மக்களை இம்சித்த போது, சமஸ்தானத்துக்கு எதிராகத் தொடர்ந்து போராடினார் நடராஜ பிள்ளை.

தங்களுக்குப் பெரும் தலைவலியாக இருந்த நடராஜ பிள்ளையை ஒடுக்குவதற்கு திட்டம் வகுத்தார் சமஸ்தானத்தின் திவானாக இருந்த சி.பி.ராமசாமி ஐயர்.

விவசாயத்துக்காக வேண்டும் என்று அவர் வசித்த ஹார்வி இல்லத்தையும், அதனைச் சுற்றியுள்ள இயற்கை எழில் சூழ்ந்த இடத்தையும், நடராஜ பிள்ளையின் விருப்பத்துக்கு மாறாக கையகப்படுத்தி சமஸ்தானத்தின் சொத்தாக்கிக் கொண்டு விட்டார்.

இந்த மாதிரியான கடுமையான நடவடிக்கையின்போது உடல் நலன் பாதிக்கப்பட்டு, ஹார்வி இல்லத்தில் படுத்த படுக்கையாகக் கிடந்தார் நடராஜ பிள்ளை.

அவரது உடல் நிலையைப் பற்றிக்கூடக் கவலைப்படாமல், மனித நேயமே இல்லாமல், வலுக்கட்டாயமாக அவரைத் தூக்கி, ஒரு ஓலைக் குடிசையில் அனாதையைப் போல் போட்டனர் ஆட்சியாளர்கள்.

வறுமையின் பிடியில் சிக்கித் தவித்த நிலையிலும், மக்களுக்காக முன்னெடுத்த போராட்டத்தை அவர் கை விடவில்லை.

அதனால், சிறைவாசமும் அனுபவித்தார்.

நாடு சுதந்திரம் அடைந்து, கொச்சி சமஸ்தானத்தில் பட்டம் தாணுபிள்ளையின் அமைச்சரவையில் நிதியமைச்சர் ஆனார்.

ஆறு முறை சட்டமன்ற உறுப்பினராகவும், அதில் இரண்டு முறை அமைச்சராகவும், ஒருமுறை நாடாளுமன்ற உறுப்பினராகவும் இருந்தார்.

ஆனாலும், சட்டத்துக்குப் புறம்பாகத் தன்னிடம் இருந்து பறித்த நிலத்தையும், வீட்டையும் மீட்பதற்கான நடவடிக்கைகளில் அவர் இறங்கவேவில்லை.

1957ஆம் ஆண்டு ஈ.எம்.எஸ். நம்பூதிரிபாடு கேரள முதல்வராக இருந்தார்.

அப்போது, நடராஜ பிள்ளையின் நிலத்தை சட்டக் கல்லூரி கட்டுவதற்காக கம்யூனிஸ்ட் கட்சியைச் சேர்ந்த நாராயண நாயருக்கு தாரை வார்த்துக் கொடுத்தனர்.

9 மகள்கள், 3 மகன்கள் என்று நடராஜ பிள்ளையின் வாரிசுகள் மொத்தம் 12 பேர்.

நடராஜ பிள்ளை

1968ஆம் ஆண்டு ஈ.எம்.எஸ். நம்பூதிரிபாட்டிடம் ஹார்வி மாளிகையைத் திரும்பத் தருமாறு நடராஜப் பிள்ளையின் குடும்பத்தினர் கோரிக்கை வைத்தனர்.

நம்பூதிரிபாடும் அதனை ஏற்றுக் கொண்டார்.

ஆனாலும், 1970ஆம் ஆண்டு கருணாகரன் தலைமையில் அமைந்த காங்கிரஸ் அரசு, நாராயண நாயர் குடும்பத்தினருக்கு அந்த நிலத்தைப் பட்டா போட்டுக் கொடுத்தது.

திருவனந்தபுரம் சைவப் பிரகாச சபையின் தலைவர் கே. ரவீந்திரன் என்பவர் இதுகுறித்து பெருங்கவலை தெரிவித்துள்ளார்.

'நடராஜ பிள்ளையின் வாரிசுகளில் பலருக்குச் சொந்த வீடு கூட இல்லை. சிலர் வறுமையில் வாடுகின்றனர். அதனால்தான், கையகப்படுத்திய ஹார்வி மாளிகையையும், நிலத்தையும் மனோன்மணீயம் சுந்தரனாரின் வாரிசுகளிடம் திரும்ப ஒப்படைக்க வேண்டும் என்று தற்போதைய கேரள முதல்வர் பினராயி விஜயனிடம் கோரிக்கை விடுக்கப்பட்டுள்ளது' என்றார் வேதனையுடன்.

நடராஜப் பிள்ளையின் பேரன் டாக்டர் எஸ். மோதிலால் நேருவோ 'ஹார்வி மாளிகையை தேசிய அளவிலான ஒரு நினைவுச் சின்னமாக்க வேண்டும். அதற்கான முயற்சியில் கேரள அரசு ஈடுபட வேண்டும்." என்று தன் ஆதங்கத்தை வெளிப்படுத்தியுள்ளார்.

தமிழுக்காகவே உழைத்த, திராவிடம் என்றோர் இனத்தை நம் அனைவருக்கும் புரியவைத்த ஒரு பேரறிஞர், மாமேதை சுந்தரம் பிள்ளையின் வாரிசுகளைப் பற்றிய துயரமான உண்மைகள் கசப்பாகவே இருக்கின்றன.

10

தமிழ்த் தாய் வாழ்த்து

மனோன்மணியம் சுந்தரம் பிள்ளை இயற்றிய தமிழ்த்தாய் வாழ்த்துப் பாடல் வாழும் நிலப்பரப்பையும், அது சார்ந்த பண்பாட்டுக் கூறுகளையும் தாயாக, தேவியாக உருவகித்துள்ளது.

'நீராரும் கடலுடுத்த நில மடந்தை' என்பது கடலை ஆடையாக உடுத்த பூமி என்று பொருள்படுகிறது.

அதாவது திராவிட நாட்டைச் சுற்றி நீலநிறக் கடல் அழகுற பட்டாடை உடுத்தியதைப் போலக் காணப்படுகிறது என்ற பொருளில்தான் எழுதப்பட்டுள்ளது.

'தரித்த நறும் திலகமுமே' என்ற வரிகளில் பெண்கள் நெற்றியில் இடும் திலகம்தான் அர்த்தமாகிறது. அதாவது தமிழ் குலப் பெண்களுக்கு நெற்றியில் திலகமிடுவது மங்கலச் சின்னமாக அறியப்படுகிறது.

எனவேதான் தமிழ்த்தாய் நெற்றியில் திலகம் அணிந்தவளாகக் காட்சியளிப்பதாகத் தன் கற்பனைச் சிறகைப் பறக்க விட்டுள்ளார் பேராசிரியர் பெ. சுந்தரம் பிள்ளை.

திலகம் என்பது ஒரு பொருளின் உயர்வையும் மேன்மையையும் எடுத்துக் காட்டுவதற்காகக் கூறப்படும் சொல் என்பது குறிப்பிடத்தக்கது..

'வாழ்த்துதுமே' என்பது நம் தமிழ்ப் புலவர்கள் மன்னர்களை வாழ்த்திப் பாடித்தான் பரிசுகளைப் பெற்றுத் தங்கள் வறுமையை விரட்டி இருக்கின்றனர்.

வாழ்த்துவது என்பது மனம் நிறைந்து ஒருவரைப் பாராட்டுவது எனலாம்.

வந்தே மாதரம் பாடலையும், தமிழ்த்தாய் வாழ்த்துப் பாடலையும் இணைத்து ஒரு கருத்து பரப்பப்பட்டது உண்டு.

ஆனால் அது முற்றிலும் தவறு.

ஏனென்றால் வந்தே மாதரம் பாடல் நாட்டை, தேசத்தை வணங்கும் பாடல் ஆகும்.

ஆனால் தமிழ்த்தாய் வாழ்த்து என்பது தமிழைத் தாயாக நினைத்துப் போற்றிப் புகழும் பாடல் ஆகும்.

இரண்டுக்கும் அடிப்படையே வேறுபாடுதான்.

எனவே வந்தே மாதரம் பாடலைத் தழுவியதே தமிழ்த்தாய் வாழ்த்து என்பது தவறான கருத்து.

தமிழ்த்தாய் வாழ்த்துப் பாடலின் பொருளை கடைசியாக ஒருமுறை நாம் மீண்டும் பார்க்கலாம்.

'நீர் நிறைந்த கடலெனும் ஆடை உடுத்திய நிலமெனும் பெண்ணுக்கு அழகு மிளிரும் சிறப்பு நிறைந்த முகமாகத் திகழ்கிற இந்தியக் கண்டத்தில் தென்னாடும் அதில் சிறந்த திராவிடர்களின் நல்ல திருநாடும் பொருத்தமான. பிறைபோன்ற நெற்றியாகவும் அதிலிட்ட மணம் வீசும் திலகமாகவும் இருக்கின்றன.

அந்தத் திலகத்தில் இருந்து வரும் வாசனைபோல அனைத்துலகமும் இன்பம்பெறும் வகையில் எல்லாத்திசையிலும் புகழ் மணக்கும்படி இருந்த பெருமை மிக்க தமிழ்ப்பெண்ணே! தமிழ்ப்பெண்ணே!

இன்றும் இளமையாக இருக்கின்ற உன் சிறப்பானத்

திறமையை வியந்து எங்கள் செயல்களை மறந்து உன்னை வாழ்த்துவோமே! வாழ்த்துவோமே! வாழ்த்துவோமே!'

மலையாள மண்ணின் மைந்தனாகப் பிறந்து வளர்ந்தாலும் தமிழ் மீது நினைத்துக்கூடப் பார்க்க முடியாத அளவிற்கு அன்பும், காதலும் கொண்டவராகத் திகழ்ந்தார் மனோன்மணியம் சுந்தரம் பிள்ளை.

எனவேதான் தமிழைத் தாயாகவே நினைத்தார்.

தமிழை அன்னையாகக் கருதினார்.

இந்தத் தமிழ்த்தாய் வாழ்த்து என்பது இந்தியாவில் அடங்கி உள்ள மாநில அரசுகளுள் தமிழை ஆட்சி மொழியாகக் கொண்டுள்ள தமிழ்நாட்டில் பாடப்பெறும் வாழ்த்துப் பாடலாகும்.

இது தமிழ் மொழியை வாழ்த்தி வணக்கம் செலுத்துவதாக அமையும் பாடல் என்பதை நாம் ஏற்கெனவே பார்த்தோம்.

இப்பாடல் தமிழகத்தில் அரசு விழாக்கள், பள்ளிகளின் காலை இறைவணக்கக் கூட்டம் முதலான நிகழ்வுகளின் தொடக்கத்தில் பாடப்படுகிறது. இந்திய தேசிய கீதம் இறுதியில் பாடப்படும்.

பெறர்க்கரிய இத் தமிழ்த்தாய் வாழ்த்தை தமிழராம் யாம் அனைவரும் பெற்றின்பமுறத் தந்த மனோன்மணியம் சுந்தரம் பிள்ளையவர்களுக்கு நன்றி கூற இவ்வொரு பிறவி போதுமா?

•